'इंदिरा गोस्वामी राष्ट्रीय पुरस्कार' विजेते कादंबरीकार विश्वास पाटील
यांनी वयाच्या सतराव्या वर्षी लिहिलेली पहिली स्त्रीप्रधान कादंबरी

# आंबी

## विश्वास पाटील

मेहता पब्लिशिंग हाऊस

AA000898

- *या पुस्तकातील लेखकाची मते, घटना, वर्णने ही त्या लेखकाची असून त्याच्याशी प्रकाशक सहमत असतीलच असे नाही.*

**AAMBI** by VISHWAS PATIL

**आंबी** / कादंबरी

विश्वास पाटील
७०१, बीच अपार्टमेंट, पटेलवाडी, हॉटेल नोवाटेलजवळ,
जुहू, विलेपार्ले (प.) मुंबई – ४०००४९.
authorvishwaspatil@gmail.com

प्रकाशक : सुनील अनिल मेहता, मेहता पब्लिशिंग हाऊस,
१९४१ सदाशिव पेठ, माडीवाले कॉलनी, पुणे – ३०.

मुखपृष्ठ व
आतील मांडणी : सतीश भावसार

प्रथमावृत्ती : १ जानेवारी १९७८, मेहता पब्लिशिंग हाऊसची सुधारित
द्वितीयावृत्ती २८ नोव्हेंबर २०२१

P Book ISBN 9789392482816
E Book ISBN 9789392482823
E Books available on : play.google.com/store/books
www.amazon.in
https://books.apple.com

---

* पायरेटेड पुस्तकांची खरेदी-विक्री हा कायद्याने गुन्हा आहे आणि अशा गुन्ह्याविरोधात कायदेशीर कारवाई होऊ शकते.

श्री. श्री. वि. आपटे गुरुजी
श्री. ना. पा. कांबळे गुरुजी
आणि
नटवर्य दिनेश साखरे
यांच्या स्मृतींना अर्पण !

# आता गौरी 'कवा' येशील!

लेखन आणि वाङ्मयाची ओढ हा माझ्यासाठी जसा काही माझ्या श्वासाचाच एक भाग बनला आहे. इयत्ता पाचवीमध्ये मी जादूच्या गोष्टी लिहायला सुरुवात केली. पुढे वाचन वाढत गेले. हायस्कूलातच नकळत वाङ्मयाची जाण विस्तारत गेली.

दहावीची परीक्षा दिली, तेव्हा पुण्याच्या दै. 'तरुण भारत'ने आपल्या खास वासंतिक विशेषांकासाठी एक कथास्पर्धा आयोजित केली होती. तेव्हा नेर्ल्यातल्या घरी अगदी गोधडीवर पडून मी 'कायदा' नावाची कथा लिहिली. पोस्टाने पुण्याला पाठवली. अन् तेव्हा महाराष्ट्र पातळीवर तिला तृतीय क्रमांक व शंभर रुपयाचे पारितोषिक मिळाले. स्पर्धेचे परीक्षक होते कादंबरीकार श्री. ज. जोशी आणि श्री. रा. बा. कुलकर्णी.

'कायदा' ही प्रकाशित होणारी माझी पहिली कथा चक्क स्त्रीप्रश्नावर होती. नव्या कायद्यानुसार वडिलांच्या संपत्तीतला हिस्सा नवऱ्याच्या आग्रहास्तव एका माहेरवाशिणीला हट्टाने मागून घेणे भाग पडते. त्या

साऱ्या प्रकारात तिच्या माहेरच्या वाटेवर काटे कसे पेरले जातात, हा त्या कथेचा विषय होता.

माझ्या नेर्ले या चिमुकल्या गावची लोकसंख्या मुळात बाराशे एकसष्ठ होती. शाळा ज्योतिबाच्या व मारुतीच्या मंदिरात भरायची. गावात ना वृत्तपत्र येत होते, ना पोस्ट ऑफिस होते; परंतु श्री. वि. आपटे आणि ना. पा. कांबळे नावाचे दोन शिक्षक त्यांच्या गावावरून येताना माझ्या अवांतर वाचनासाठी सोबत कथा-कादंबऱ्या घेऊन येत. त्यातूनच माझी वाङ्मयाची गोडी वाढत गेली. विशेषत:, साने गुरुजी, कादंबरीकार र. वा. दिघे, नाथमाधव, अण्णा भाऊ साठे आणि आचार्य अत्रे यांच्या शब्दांनी त्या वयात माझ्यावर मोहिनी घातली.

इयत्ता नववीला माझे मामा कृष्णाजी मुकुंद पाटील हे मला पाचगणीला शाळेला घेऊन गेले. ते स्वत: तिथल्या महात्मा फुले हायस्कूलवर शिक्षक होते. पाचगणीतल्या महात्मा गांधी सार्वजनिक वाचनालयात मराठी ग्रंथांचा मोठा खजिना माझ्या हाती लागला. त्या वर्षी मी अगदी अधाश्यासारखा वाचत सुटलो. एका वर्षात छोटे-मोठे मिळून दोनशे छत्तीस ग्रंथ वाचून काढले होते.

पुढे वयाच्या सतराव्या वर्षी मी प्रस्तुत 'आंबी' नावाची पहिली कादंबरी लिहिली. गावाकडच्या काही स्त्रियांच्या परवडीच्या अनेक कथा मी ऐकल्या होत्या. त्यातूनच या कादंबरीचे बीज मला सापडले; पण त्या वयात मोठ्या उत्साहाने लिहिलेल्या या कादंबरीस प्रकाशक मिळणे मोठे मुश्कील होते. नेमकी त्याच वेळी महाराष्ट्र शासनाने नवलेखक अनुदान योजना जाहीर केली. त्या योजनेस कोल्हापूरच्या चंद्रकांत शेट्ये प्रकाशन मंदिरामार्फत मी ही कादंबरी सादर केली. अन् चक्क या कादंबरीच्या प्रकाशनासाठी तेव्हा शासनाने सात हजार रुपयांचे अनुदानही जाहीर केले. कोल्हापूरच्या न्यू कॉलेजात असतानाच माझी ही कादंबरी प्रकाशित झाली.

पुढे माझ्या ऐतिहासिक कादंबऱ्यांना मराठी, तसेच हिंदी, इंग्रजी आणि इतर अनेक भारतीय भाषांत प्रचंड लोकप्रियता व रसिकमान्यता मिळाली. तरी माझा मूळ पिंड हा सामाजिक लेखनाचाच आहे. केवळ अपघातानेच मी ऐतिहासिक कादंबरी लेखनाकडे वळलो, असे मला आजही वाटते. इयत्ता अकरावीत मी शिकत असताना आचार्य अत्रे

यांचा 'मराठा' प्रकाशित होत असे. त्याची रविवारची पुरवणी आणि संपादिका शिरीष पै यांच्या निमित्ताने ती पुरवणी म्हणजे एक वाङ्मयपीठच बनली होती. मी गावाकडून मुंबईस पोस्टाने अनेक कथा पाठवायचो. शिरीषताईंनी त्यातील अनेक कथांना 'मराठा'मध्ये प्रसिद्धी दिली होती.

खेड्यापाड्यातील अडचणीची स्थिती आणि स्त्रियांच्या वाट्याला येणारे अपरिमित दुःख आणि दैन्य मी माझ्या लहानपणी पाहत होतो. विशेषतः, पावसाळ्यात एका बाजूने वारणा आणि पलीकडे कडवी या पहाडी नद्यांच्या पुराने आमचा गाव तीन तीन महिने जगापासून तुटायचा. गावात येणारी एसटी बस दसऱ्यालाच सुरू व्हायची. रस्ते बैलगाडीच्याच पात्रतेचे होते. गावात वीजही आली नव्हती.

त्या काळात स्त्रियांच्या वाट्याला येणारे दुःख पहाडासारखेच होते. बाळंतपणासाठी दवाखान्यात जाऊन दाखल व्हायची रीतच कोणाला माहीत नव्हती. जुनाट घरात एक अंधारी खोली असायची. तिला बाळंतिणीची खोली म्हटले जायचे. बाळंतपणावेळी बाजल्याखाली निखारे जळत असायचे. बरे, खेड्यापाड्यात या मुलीबाळी वाघिणींसारख्याच शेताबांधात कष्टाची कामे करायच्या. आपला भाऊ अगर नवऱ्यासोबत अनेकदा बैल घेऊन नांगरणीलाही उभ्या राहायच्या.

कोणत्याही गावात तेव्हा नळपाणी योजना आल्या नव्हत्या. पहाटे बायाबापड्या उठून दोन तास दळण दळायच्या. डोक्यावरून दोन दोन कि.मी.वरून नदीहून घरी पाणी आणायच्या. नवऱ्याचे होणारे अनेक विवाह, स्त्रियांचा छळ, मारझोड असे प्रकार नित्य चालायचे. मी माझ्या नात्यातल्या एका दुर्दैवी सासुरवाशिणीचे मरण माझ्या डोळ्यांनी पाहिले आहे. एकीकडे नवऱ्याकडून होणारा अतोनात छळ आणि दुसरीकडे पाठच्या भावांकडून-भावजयांकडून होणारे दुर्लक्ष. त्यामुळे जीवनाला वैतागलेल्या त्या माउलीने पिकांवर मारायच्या कीटकनाशकाची बाटलीच दिवसाढवळ्या तोंडी लावून ती घटाघटा पिऊन टाकली. अन् काही क्षणांतच एखादा कागद जळावा तशी तिची अवस्था झाली. तोंडावाटे बाहेर पडलेला तो पांढरा द्रव, काळे पडत गेलेले अंग आणि आखडी भरून काही मिनिटांतच मृत्यूने झडप घातलेले तिचे ते शरीर अजून माझ्या डोळ्यांसमोरून बाजूला हटत नाही.

मात्र, पावसाळ्यातील झिम्मा-फुगड्या, रात्र रात्र जागवणारी ती

स्त्रीगीते, पोरीबाळींची ती नृत्ये गावाकडच्या महिलावर्गाला दरसाल मोठा दिलासा ठरायची. नागपंचमीच्या सणाला झाडांच्या फांद्यांना बांधलेले झोपाळे गौरी-गणपतीपर्यंत टिकून राहायचे. मुलीबाळी रात्र रात्र फेर धरून नाचायच्या. अनेकदा त्या स्त्रीगीतांत एखाद्या मोठ्या कादंबरीसारखे आख्यानही असायचे. जेव्हा गौरी-गणपतीचा सण संपायचा. लेकुरवाळ्या महिला, तसेच मुलीबाळी गौरीच्या विसर्जनासाठी नदीवर निघायच्या, तेव्हा त्यांच्या डोळ्यांत पुन्हा आषाढधारा झिरपल्यासारख्या दिसायच्या. मग त्यांच्या मुखातून दु:खद समूहगान बाहेर पडायचं,

आता गौरी कवा येशील
आता गौरी कवा येशील ऽऽ
येईन पुढल्या भादव्यात
येईन पुढल्या भादव्यात
ये रे भादव्या लौकरी
आम्हाला जाऊ दे माहेरी ऽऽ!

बालपणी पाहिलेल्या स्त्रीजीवनाच्या नाना अंगांवरच 'आंबी' ही माझी कादंबरी बेतलेली आहे. आता जवळपास चाळीस वर्षांनंतर या कादंबरीची नवी आवृत्ती मेहता पब्लिशिंग हाऊस तर्फे प्रकाशित होत

आहे, याचा मला आनंद वाटतो. विशेषत: प्रकाशक श्री. सुनील मेहता व राजश्री देशमुख या दोघांचे त्याबद्दल मी आभार मानतो.

खरं तर गेली अनेक वर्षं 'आंबी'च्या नव्या आवृत्तीसाठी माझे वाचक, प्रकाशक आणि मित्रही विचारणा करत होते; परंतु थोडासा ओशाळा होऊन मी ते टाळत होतो; मात्र अलीकडे 'आंबी'चे पुनर्वाचन केल्यावर तिच्यातील सकसता मला जाणवली. माझ्या तारुण्याच्या ऐन उंबरठ्यावर मी लिहिलेली ही कादंबरी फारसे फेरफार न करता मूळ स्वरूपातच आता प्रकाशित केली जात आहे.

माझे वाचक 'आंबी'चे स्वागत करतील. तसेच माझ्या वाङ्मयाचा अभ्यास करणाऱ्या विद्यार्थ्यांना माझ्या लेखनाच्या पाऊलखुणा शोधण्यास तिचा निश्चितच उपयोग होईल, असे मला वाटते.

धन्यवाद.

**– विश्वास पाटील**

# १

दुपारची वेळ होती. चैत्रातलं ऊन असल्यानं रानामाळात सकाळपासून खपणारं माणूस गारव्याला म्हणून आपापल्या घरी आलं होतं. बाप्पाजीसुद्धा थंडाव्यासाठी घरी येऊन पुढच्या सोप्याच्या भिंतीला टेकून बसले होते. त्यांच्या मांडीवर डोकं ठेवून बाजूला आंबी पडली होती. लहान पोराप्रमाणं असणारा तिचा हूड स्वभाव अजून गेला नव्हता. आता ती पदराला आली होती.* वास्तविक पाहता तिला काहीतरी कळायला हवं होतं; पण तरीसुद्धा ती लाडात येऊन बापाच्या मांडीवर डोकं ठेवून झोपली होती. बाप्पाजींनासुद्धा त्याचं काही वाटत नव्हतं; कारण आंबीची आई लहानपणी वारल्यापासून आय-बाची दोघांचीही माया बाप्पाजींनी आंबीला दिली होती. नेहमीच्या सवयीप्रमाणे ते आता आंबीच्या झिपऱ्यांतून हात फिरवत होते. रोजच्यागत बाप्पाजी आंबीला पुराणातल्या गोष्टी घोळून घोळून सांगत होते. आड्याच्या पाख्याकडं पाहत आंबीही त्या गोष्टी मन लावून ऐकत होती. बाप्पाजी आंबीला आज सतीसावित्रीची गोष्ट सांगत होते. एखाद्या निष्णात कीर्तनकाराच्या कीर्तनात रंगावं असं आंबीचं मन त्यात रंगलं होतं.

आंबीची आई लहानपणीच वारल्यामुळं आंबी बाप्पाजींच्या अंगाखांद्यावर वाढली होती. लहानपणी आभाळातल्या चांदोबाकडं पाहत आंबीनं बाप्पाजींच्या मांडीवर बसूनच दूध-भात खाल्ला होता. अगदी त्यावेळेपासून बाप्पाजी तिला गोष्टी सांगत होते; पण अलीकडच्या दोन वर्षांत मात्र त्यांनी आंबीला जरा वेगळ्या स्वरूपाच्याच गोष्टी ऐकवावयास सुरुवात केली होती. शुद्ध व्यवहारावर आधारलेल्या गोष्टी

---

* ***पदराला येणे*** : तारुण्यात पदार्पण करणे

बाप्पाजी आंबीला सांगत असत. बाप्पाजींच्या तोंडून ऐकलेल्या रामायण आणि महाभारताचं वाक्य नि वाक्य आंबीच्या मनावर ठसलं होतं. सीता, सावित्री, अहल्या यांच्या गोष्टी तर बाप्पाजींनी आंबीला कितीतरी वेळा ऐकवल्या होत्या. त्याच गोष्टी ते आंबीला सांगून म्हणत, "बघ गं बये, आता तू लग्नाला आलीस. आता तुला दुसऱ्याच्या घरला जायचं हाई, बायनं माज्या कसं वागायला हवं... आपलं घराणं शहाण्णव कुळीतल्या मराठ्याचं हाई. तवा गरतीवाणी संसार केला पायजी. सासरला नांदताना ह्या पोरीला शिकवा कुणी दिला म्हणून घटकंघटकंला माह्यारचं नाव निघालं पायजी. आपल्या कुळीला शोभंल असंच वागलं पायजे!"

रोजच्यागत बाप्पाजी आज सावित्रीची गोष्ट आंबीला ऐकवीत होते. स्वत:च्या नवऱ्याचा प्राण परत मिळवण्यासाठी सावित्रीने कशी कशी धडपड केली याचं बाप्पाजी रंगवून वर्णन करत होते. बाप्पाजींची गोष्ट सांगून झाली. सत्यनारायणाची पूजा झाल्यावर आरती असते त्याप्रमाणे कोणतीही गोष्ट आपल्या लेकीला सांगून झाल्यावर बाप्पाजी तिला त्या गोष्टीला अनुसरूनच उपदेश सांगत असत. त्यांचं आता तेच चालू होतं. इतक्यात राधाकाकू आतल्या घरातून बाहेर सोप्याला आली आणि बाप्पाजींना म्हणाली, "आता पुरं करा की भावजी, आंबीला पाण्याच्या दोन खेपा तरी आणू दे बिगी बिगी."

आंबीच्या पाठीवर हात फिरवीत बाप्पाजी म्हणाले, "जा बाई, आण जा बघू दोन खेपा. काकू काय सांगतीया ते ऐक जा."

आंबी उठून भिंगरीगत आत पळाली आणि पाण्याला जाण्यासाठी एक कळशी डोईवर आणि एक कळशी कडेवर घेऊन बाहेर आली. बाप्पाजी बोलले, "अशा उनाच्या वख्ताला कुठं पाण्याला एकटी-दुकटी जातीस बाई? सकाळी जाईत जा की."

"काय काळजी करू नका. आता नदीकाठच्या आडावर चिक्कार माणसं असत्यात." बाप्पाजींना कपबशीतून चहा देत राधाकाकू म्हणाली.

"आंबे, थांब जरा, मी पण येतुया तुज्याबरूबर गावंदरीपर्यंत." बाप्पाजी बोलले.

रानातल्या कामासाठी लोखंड आणि खोरं घेऊन बाप्पाजी आंबीबरोबर बाहेर पडले. बाप्पाजी जरा वेगळ्याच दृष्टीनं गल्लीतल्या माणसांच्याकडे

आणि ठुमुक ठुमुक चालणाऱ्या आंबीकडे पाहत होते. आंबीला यंदाच सोळावं वर्षं लागलं होतं. उसाच्या पेरापेरात रस भरावा तसा उमतीचा रस* आंबीच्या अंगाअंगात भरला होता. त्यामुळे तिचा प्रत्येक अवयव नि अवयव कमनीय झाला होता. तशी पहिल्यापासूनच आंबी हाडापेरानं चांगली होती. कसला आजार तो तिच्या जन्माला माहीत नव्हता. कवळ्या लुसलुशीत चवळीच्या शेंगेगत तिची अंगकाठी होती. अलीकडं अलीकडं तर तिचा चेहरा गाजरागत लालबुंद दिसत होता. तिच्या करवंदी डोळ्यांत परमेश्वरानं कसलं सौंदर्य ओतलं होतं ते फक्त त्याचं त्यालाच माहीत. सध्यातरी गावात आंबीसारखी सुंदर पोरगी कुणी दाखवायलासुद्धा नव्हती.

आंबीचं रूप पाहून माणसाची तहान-भूक हरपायची. तिच्यासाठी गावातली कितीतरी तरणीताठी पोरं झुरत होती; पण झुरण्यापलीकडे त्यांना काही करता येत नव्हतं; कारण त्यांच्या स्वप्नातसुद्धा बाप्पाजीचं हातभर लांब असं पायताण दिसत होतं. यंदाच आंबी सातवी झाली होती. ती शाळेत असताना तिच्याकडे पाटील गुरुजी तोंडासमोर पुस्तक धरून दिवसभर पाहतच बसायचा. त्यानं शेवटी तर सरळ बाप्पाजीकडं आंबीसाठी मागणी घातली. तो भादोल्याचा बडा वतनदार असला तरी बाप्पाजींच्या पुढं त्याचं काही एक चाललं नाही. बाप्पाजींनी स्पष्ट शब्दांत त्याला नकार दिला. भालगावातले केवढी मोठी स्थळं आंबीसाठी चालून आली होती. ते जसे श्रीमंत होते तसेच बाप्पाजींना हवे त्याप्रमाणे शहाण्णव कुळीतलेपण होते; पण बाप्पाजींनी कुणाचं काही चालून दिलं नव्हतं. यंदाची शेवटची तिथी संपल्यावर आंबीच्या ग्रहमानात फरक पडणार होता, तरी बाप्पाजी का गप्प, हे गावात कुणाला काही कळत नव्हतं; पण बाप्पाजी तसे कसे गप्प बसतील? त्यांनी आंबी आपला भाचा श्रीरंग यालाच द्यायची हे आंबी जन्मली तेव्हाच ठरवलं होतं. शेवटी तो निश्चय बाप्पांचा होता. त्यांच्यापुढे बोलायची कोणाची काय बिशाद होती?

बाप्पाजी आणि आंबी गल्लीतून चालले होते. समोरून येऊन पुढं जाणारं प्रत्येक माणूस पाठीमागं वळून आंबीला पाहत होतं; कारण

---

* ***उमतीचा रस*** : तारुण्याची नव्हाळी

आंबीला पाहून पाठीमागं न वळणारं माणूस अजून जन्माला यायचं होतं.

गावंदरीला गेल्यावर बाप्पाजी रानाच्या वाटेनं निघून गेले. तर दोन कळश्यांचा भार सांभाळीत दुडक्या चालीनं आंबी पाणवठ्याच्या दिशेनं पांदीतून* चालली. आंबीला पांदीतून चाललेली पाहून झाडावरची पाखरं खुळी होऊन शीळ घालू लागली. पांदीकडंला असलेल्या चिंचेच्या झाडाच्या तोंडालासुद्धा पाणी सुटलं. आंबीकडं पाहून पिंपळाचं झाड थरारलं. आंबी मात्र कुणाकडं लक्ष न देता आपल्याच नादात निघाली होती. पांदीची वाट सरत होती.

'धूपऽऽ' करून आवाज झाल्याबरोबर आंबी भीतीनं गर्भगळीत झाली. तिच्या कडेवरची कळशी निसटून खाली पडली. ती समोर पाहते तर, बाजूच्या कुपाटीतून उडी मारून रंगा पैलवान तिच्यासमोर येऊन उभा राहिला होता. आंबीच्या पोटात कालवाकालव झाली. ती एक एक पाऊल पाठीमागं सरू लागली. रंगा बोलला, "आंबे, भिऊ नगं, तुज्या आंगाला बळजबरीनं हात लावण्याइतका पापी मी नाही!"

"मग तुला काय पायजी?" पडलेली कळशी वर उचलून आंबीनं घाबरूनच विचारलं.

"आंबे, मला काय नगं, तू पायजीस... नुसती तूच पायजीस." पाणावलेल्या डोळ्यानं रंगा बोलला, "आंबे, तू मला मिळाली नाहीस तर मी जीव द्यायला कमी करणार नाही. तुझा मुखडा बघितल्याबिगार मला अन्नाचा कण देखील जाईत न्हाई. कायबी कर, पण तू माजी हूं. तुज्या घराभोवती येड्या कबुतरागत फिरून माझा जीव जायची पाळी आली. तुला पळवून बळजबरीनं मी नेणार न्हाय, कसलीच बळजबरी मी तुझ्यावर करणार न्हाय. मातुर तू व्हय म्हणशील तर तुज्या पायावर ह्यो कुडीएवढा जीव द्याला मी तयार हाई!"

या अनपेक्षित प्रसंगामुळे आंबी थरथर कापत होती. कोण आपणाकडे पाहत तर नाही ना, म्हणून चौफेर नजर देऊन बघत होती. तिच्या तोंडातून एक शब्दसुद्धा फुटत नव्हता. रंगा व्याकूळ होऊन मोठ्या आवाजात तिला विचारू लागला, "सांग आंबे, तुजा इचार काय

---

* ***पांद*** : शेतातून जाणारी पायवाट

हाय?''

"रंगादादा, असा खुळ्यावानी करू नगं." आंबी समजावणीच्या सुरात बोलली. "तू माज्या भावकीतला हाईस. तू मला नात्यानं भाऊ लागतुयास. आपल्या दोगांचं जर माज्या बापाला कळालं तर माझा बाप जळत्या सरणावर तुला न् मला पेटविल्याशिवाय राहणार नाही. माजा बा जसा चांगला तसाच मुलखाचा वाईट हाई. तू ह्यो खुळा इचार सोड.''

"ते बाकी मला काय माहीत न्हाई." रंगा व्याकुळतेनं बोलला. "माजा तुझ्यावर जीव बसलाय, आनि जर तू माजी झाली न्हाईस तर मी काय जगणार न्हाय.''

आंबीला धरणीकंप झाल्यागत वाटलं. तिच्या तोंडून एक शब्दसुद्धा फुटत नव्हता. "तुज्यासाठी म्या काय काय केलंय बग." असं म्हणून रंगानं पैरण वर करून आंबीला पाठ दाखवली. रंगाच्या पाठीवर काठ्यांच्या माराचे काळेनिळे वळ उठले होते. ते दृष्य पाहून जळत्या निखाऱ्यावर पापड भाजावा त्याप्रमाणं आंबीचं काळीज चरकलं. न राहवून आंबीनं विचारलं, "रंगादा, काय झालंय हे?''

"दाम्या मोहित्या तुज्या दारावरनं रोज शीळ मारत जायचा. तुज्यासाठी घिरट्या घालायचा, हे मला बगावलं न्हाई. त्यावरनंच परवादिशी राती तेचं आणि माजं भांडाण झालं. मला काहीच लागल्यालं न्हाई; पण दाम्याला जबरदस्त मार लागून ते कुत्र्यावाणी घरात कण्हत पडलंय." रंगा बोलला.

आंबीला काय बोलावं हेच कळेना. रंगानं बराच उशीर उत्तराच्या अपेक्षेनं आंबीकडं पाहिलं आणि त्यानंतर तो निघून गेला; मात्र जाताना सांगून गेला, "आंबे, बघ इचार कर आनि मला कळीव. तुज्यासाठी कढत्या तेलातसुद्धा उडी टाकायला मी तयार हाई.''

बर्फ गोठल्यागत आंबीची गात्रं नि गात्रं गोठली. एकेक पाऊल यांत्रिकपणे टाकत आंबी पाणवठ्याकडं निघाली.

आत्ताच्या प्रसंगानं आंबी पुरती भांबावली होती. कालच शेजारच्या यमीनं रंगाचं आणि दाम्याचं भांडण आंबीबद्दलच झाल्याची कानगोष्ट आंबीला ऐकवली होती; पण तिनं ते काही मनावर घेतलं नव्हतं; कारण अशी बरीच पोरं तिच्यासाठी वेडी होऊन तिच्या माघारीच

आपापसात भांडत होती. ती पाण्याला जाताना तिच्या अवतीभोवती दोन वर्षांपासून घुटमळणारा रंगा तिनं पाहिला होता; पण त्याच्या मनात तिच्याविषयी इतकं काही असेल हे तिला आजच कळून चुकलं होतं. समजा आपण रंगाबरोबर पळून गेलो तर? असा एक चोरटा विचार आंबीच्या मनात डोकावताच तिच्या अंगाचा थरकाप उडाला. एखाद्या मुलाशी आपण काही वाकड्या हेतूनं बोललो तर आपला बाप आपणास जिवंत जाळल्याशिवाय राहणार नाही! आणि रंगाचं हे कळलं तर?... रंगा तर तिचा भाऊबंद होता. तिनं मनातून रंगाचा विचार काढून टाकण्याचा प्रयत्न केला; पण त्या विचारानं तिची सावलीप्रमाणे पाठ धरली होती.

पाणवठा कधी आला ते आंबीला कळलंसुद्धा नाही. नदीला अंघोळीचं निमित्त करून आलेली आणि आडावर तरण्या बायकांचे बांधे कावळ्याच्या नजरेनं पाहणारी अनेक पोरं आजही थांबून होती. आंबी पाणवठ्यावर येताच थोडी चुळबुळ झाली. त्यातील दोन पोरं धिटाईनं पुढं आली आणि त्यांनी आंबी नको नको म्हणत असता तिच्या कळश्या घेऊन लगबगीनं रहाट मारून पाणी काढून दिलंसुद्धा. एका पोरानं एक कळशी तिच्या डोक्यावर ठेवली आणि ते पोर खुळ्यासारखं आंबीच्या बांध्याकडं पाहतच राहिलं; पण आंबीनं नेहमीप्रमाणं कुणाकडेही लक्ष न देता दुसरी कळशी कडेवर घेतली आणि पदर सावरीत ती झपाट्यानं चालू लागली.

रंगा मघाशी ज्या जागेवर भेटला त्या जागेवर आंबी जेव्हा आली तेव्हा तिच्या पोटात धस्स झालं. तिनं त्या जागेवरून भीतीनं पाय उचलला आणि ती झपाट्यानं चालू लागली.

# २

'सांजगावच्या बाजारातनं असशील तशी निघून ये' असा निरोप बाप्पाजीनं धाडल्यानं हिराक्का चार भाकरींचं गाठोडं घेऊन बिगी बिगी निघून आली होती. ती घरात येताच "आत्ती आलीऽऽ आत्ती आलीऽऽ" म्हणून राधाकाकूच्या पोरांनी तिच्याभोवती गराडा टाकला. राधाकाकूनं पाणी दिल्यावर हातपाय धुऊन हिराक्का घोंगड्याच्या पटकुरावर पुढच्याच सोप्याला बसली. तिनं राधाकाकूच्या पोरांच्या हातावर चार भजी ठेवली आणि उरलेली भजी कागदात गुंडाळून आंबीसाठी तशीच बाजूला ठेवली. बाप्पाजी घरात नाहीत हे कळताच तिनं त्यांना बोलवायला लहान पोरं रानात पिटाळली. त्यानंतर राधाकाकू आणि हिराक्का दोघीजणी बोलत बसल्या. इतक्यात, दोन कळश्या सांभाळीत आंबी आली. आंबी दिसताच हिराक्कानं "अग माजे बया" म्हणून तिच्याकडे धाव घेतली आणि तिच्या दोन्ही कळश्या खाली उतरून तिनं तिचं पटाटा चार मुकं घेतलं. त्यानंतर आंबीला आपल्या शेजारी बसवून तिच्या हातावर भजी ठेवून तिच्या झिपऱ्यांवर हात फिरवीत हिराक्का बोलली, "अग माजे बाई, बघता बघता किती मोठी झालीस? द्वाडा, डोळ्यांत सुदीक मावंना झालीयास नव्हं?"

हिराक्काचा आंबीविषयीचा लळा काही औरच दिसत होता. म्हणूनच तिनं गाठोड्यातली भाकरी बाहेर काढून आंबीच्या हातावर दिली. त्यावर अंड्याच्या दोन पोळ्या होत्या. लहान मुलासारखी आंबीनं भाकरी खायला सुरवात केलीसुद्धा. हिराक्का तिच्याकडं कौतुकानं पाहू लागली. परत ती आंबीला गोंजारत म्हणाली, "बाय माजी, दोन वरसाच्या आत परकरातनं पातळात कशी आलीस ते सुदीक कळलं न्हाई? आता चांगला नवरा बघून बाईचं एकदा वाजवून रिकामं

व्हायचं!''

हिराक्काच्या या बोलण्याबरोबर राधाकाकू हिराक्काकडे खुळ्यासारखी पाहायला लागली; पण हिराक्काचं तिकडं लक्षच नव्हतं. एकाएकी हिराक्काला उमाळून आलं. तिनं आंबीला पोटाशी धरली आणि हुंदके देत म्हणू लागली, ''लेकी, वनवासी गाय गं तू. तुजं झाडागत आंग बघायला आज तुजी आय पायजी हुती. माउलीच्या डोळ्याचं पारणं फिटलं असतं आज तुला बघून!'' हिराक्काच्या त्या बोलाबरोबर आंबीलापण उमाळून आल्यासारखं झालं. ती हिराक्काला जास्तच बिलगली. पदराच्या शेवानं* डोळं पुशीत राधाकाकू बोलली, ''आय गेली तरी तिला सात जन्म पुण्याई करून मिळणार नाही इतका चांगला बा मिळाला! घारीची पिलावर नजर असावी तशी बाची नजर कायम लेकीवर!''

असाच थोडा वेळ निघून गेला. इतक्यात बाप्पाजी रानातून आले. बहिणीला घरात पाहताच त्यांना आनंद झाला. खांद्यावरचं बारदान* कोपऱ्याला ठेवत त्यांनी विचारलं, ''आक्का, तुला सांगावा कवा मिळाला?''

''रातीच मिळाला.'' हिराक्का बोलली. ''सकाळी घरातलं कामधाम आटपलं. लगालगा दोन भाकरी केल्या आनि ही बघ हिकडंच आलू. एवढं जल्दी बोलवायला काय काम होतं?''

''होतं असंच.''

त्यानंतर बहीणभावंडं इकडच्या-तिकडच्या गोष्टी बोलत बसली. मध्येच बाप्पाजीचं लक्ष आंबीकडं गेलं. त्यांनी आंबीला खडसावलं, ''आंबे, तुला काही कळतं का न्हाई? पावणं माणूस आल्यावर च्या बी काय आणशील का न्हाई?''

राधाकाकू चहा आणण्यासाठी निघाल्या; पण बाप्पाजींनी काकूला जाऊ दिलं नाही; मात्र बाप्पाजींच्या बोलाबरोबर आंबी लगोलग आत पळाली. हिराक्का म्हणाली, ''काय येतंय पोराला अजून च्यापाण्यातलं?''

''तुमास्नी काय म्हायती हाय?'' राधाकाकू बोलल्या. ''आंबी

---

* ***शेव*** : पदराचं टोक

* ***बारदान*** : पोतं

माजी नुसती सुगरण हाय सुगरण. पोळ्या करायला तर गावात कोणी तिचा हात धरणार न्हाई!''

''मग चांगलंच झालं.'' हिराक्का बोलली.

''आंबीला सैंपाकाचं वळण लावायचं कारण म्हणजे तिच्या सासूनं आनि नणंदेनं वटवट करायला नगं.'' बाप्पाजी हिराक्काकडं तिरका डोळा करून म्हणाले.

थोड्याच वेळात आंबी स्वच्छ कपबशीमध्ये चहा घेऊन आली. तिच्या हातचा चहा पिताना हिराक्काचा आत्मा तृप्त झाला. ती म्हणाली, ''खरंच बाय माजी सुगरण हाई! बायचं माज्या आता लगीन कर लवकर.''

''तिचं लगीन कवाच ठरलंय.'' बाप्पाजी बोलले.

''खरं काय?'' आनंदानं हिराक्कानं विचारलं.

''तर, येत्या सोमवारीच कापडं घ्यायची हाईत.''

''अरं पण, बाबा, दिलीस कुठं?'' हिराक्कानं उत्सुकतेनं विचारलं.

आंबी आणि राधाकाकूसुद्धा बावरून बाप्पाजींकडे पाहू लागल्या. बाप्पाजी शांतपणे म्हणाले, ''चिंचोड्यात श्रीरंगाला दिली.''

''आँ?'' हिराक्काचा जीव हवालदिल झाला.

''का? पोराची आय म्हणून हुंडा मागतीयास काय? हुंडापण देतू बघ दोन हजार... आनि काय पायजी का?''

''मला तुझा हुंडापण नगं आनि पोरगीपन नगं रं बाबा.'' हिराक्का ठामपणे बोलली.

''का गं आक्का?'' बाप्पाजी चिंतातुर झाले.

''न्हाई म्हटल्यावर न्हाई.'' हिराक्का बोलली.

''का पण? माजी पोरगी काय काळीभेदरी हाय?'' बाप्पाजी चिडून बोलले.

''बाबा, तुजी पोरगी मस्त चांदणीला फिकी पाडायजोगी हाई, पर माजं पोरगं चांगल्या वागणुकीचं न्हाई. त्येला तुजी पोरगी काय दिऊ नगं.'' हिराक्का बोलली.

''लगीन झाल्यावर वागणूक सुधारतीया आपुआप.'' बाप्पाजी बोलले.

''मला तुजी पोरगी करायची न्हाई म्हणजी न्हाईऽऽ!'' हिराक्का

निश्चयानं बोलली.

बाप्पाजी बावचळून गेले. त्यांची हिराक्काकडून ही अपेक्षा नव्हती. आंबी आणि राधाकाकूसुद्धा त्या दोघांकडं बावरून पाहू लागल्या. बाप्पाजींच्या रागाचा पारा जास्तच चढला. ते चिडून बोलले, "आक्का, तुलाच तेवढा पोरगा हाय आनि जगात कुणाला पोरगा झाल्याला न्हाई असं समजू नगं. माज्या पोरीलापण रोज अठराशे छप्पन जागं येत्यात; पण तिला दिली तर मी तुज्या श्रीरंगालाच देणार! हे म्या आज ठरीवल्यालं न्हाई, तर आंबी जन्माला याच्या आधी ते ठरवून ठेवलंया. तुज्या श्रीरंगाचा जलम जवा माज्या घरात झाला तवाच मी ठरवून ठेवलं हुतं की माजी पहिली पोरगी हुईल ती श्रीरंगालाच द्याची. आंबी जन्माला आल्यावर तिची आय मेली. तिला वाढविलिया ती तुज्या पोरासाठीच! अगं, उद्या तू आनि मी मेलू म्हनजी तुज्या आनि माज्या घराचा काय संबंध ऱ्हानार हाय? तवा हे नवं नातं निर्माण झालंच पायजी. अगं आक्का, पाण्यावर काठी मारली म्हणून ते कधी तुटतं का? त्याचे दोन भाग हुत्यात का? तशी माया कधी तुटती का? कायपण कर; पण माजी पोरगी मी तुज्या घरातच देणार. तिला पुरून टाक न्हाईतर जित्ती ठेव."

बाप्पाजी निश्चयी सुरात बोलतच होते; पण जसजसे बाप्पाजी बोलत होते तसतशी हिराक्का खचत होती. तिला हुंदक्यावर हुंदके येत होते. डोळे पुशीत ती बोलली, "अरं बाप्पा, मला नात्याच्या गोष्टी कळत न्हाईत का? मला काय नातं नगं हाय का? पण तुज्या पोरीच्या लायकीचा माजा पोरगा न्हाई हे तुला दोन वरसं झालं सांगतेय. अजून इचार कर आनि तुजी पोरगी माज्या घरात दिऊन तिच्या आयुष्याची राख नगं करू रं बाबा! तिला बिचारीला दानीला दिऊ नगं!"

हिराक्का किती रडली तरी बाप्पाजीचा निर्णय कायम होता. त्यांनी सांगितलं, "हे बघ आक्का, येत्या सोमवारी कोणत्याबी स्थितीत कापडं घ्याची. तू लग्नात एक पै खर्चू नगं; पण लगीन येत्या तिथीलाच होणार; कारण तिथून पुढं माझ्या पोरीचे ग्रह चांगले न्हाईत. पुन्ना लवकर पोरीचं लगीन करता येणार न्हाई. तवा सोमवारी कापडं घ्याच्या आत पोरीचा साखरपुडा कर. साखरपुडा न्हाई झाला तरी लगीन हुणारच... आनि मी सांगितुया म्हटल्यावर ते झालंच पायजीऽ!"

असं म्हणून बाप्पाजी झटक्यानं घरातून बाहेर पडलेही.

हिराक्का मात्र खुळ्यावानी त्यांच्या पाठमोऱ्या आकृतीकडं पाहतच राहिली.

# ३

बाप्पाजींचा शब्द नेहमी पक्का असायचा. त्यांनी एकदा निश्चय केला की, ती गोष्ट झालीच पाहिजे. नाहीतर मग बाप्पाजी कसले? त्या दिवशी हिराक्काला बाप्पाजींनी जो निर्णय सांगितला तो पूर्ण करण्याच्या हेतूनेच. बाप्पाजींच्या ठाम निश्चयापुढे घर काय पण गावसुद्धा विरोधात जायची शक्यता नव्हती. एवढा दरारा बाप्पाजींनी गावात निर्माण केला होता. त्यांच्या घरातलं तर पानसुद्धा बाप्पाजींच्या संमतीशिवाय हलत नसे. बाप्पाजींचा धाकटा भाऊ गणूआप्पा तर बाप्पाजींच्या शब्दाबरहुकूम वागत असे. कोणत्याही परिस्थितीत श्रीरंगाला आंबी द्यायची हा निर्णय बाप्पाजींनी घेतल्यामुळे त्यांच्या शब्दापुढं कुणालाही जाता येत नव्हतं.

आंबीवर एवढी जिवापाड माया करणारी हिराक्का तिला सून करून घ्यायला का कचरत होती ते देव जाणे; पण बाप्पाजींच्या शब्दापुढे जायची तिचीसुद्धा बिशाद नव्हती. ती त्या दिवशी रड रड रडली. आपल्या अवखळ पोराच्या गळ्यात आंबीसारखं नक्षत्र नका बांधू म्हणून जाताना सांगून गेली; पण तिलासुद्धा बाप्पाजींच्या निर्णयापुढं मान तुकवावी लागली. दुसऱ्याच दिवशी तिनं आंबीला पातळ नेसवायला दोन बाया आणि चार बापय माणसं पाठविली. अचानक तिच्या पोटात दुखतंय म्हणून ती येऊ शकली नाही; मात्र त्या पाहुण्या माणसांनी हिरव्याजर्द पातळात आंबीचं नक्षत्राचं रूप पाहिलं तेव्हा साऱ्यांची बोबडी वळल्याशिवाय राहिली नाही. माघारी जाताना पाहुणे आंबीच्या रूपाचेच गुणगान करीत गेले.

शेवटी बहीणसुद्धा सुतासारखी मऊ आलेली पाहून बाप्पाजींना फार आनंद झाला. त्यांनी दुप्पट वेगानं कामाला सुरुवात केली. ठरल्याप्रमाणं सोमवारी लग्नाचा बस्ता घेतला गेला. बाप्पाजींनी आपल्या

बहिणीला बोलल्या शब्दाप्रमाणे एक पैही खर्च करू दिली नाही. त्यानंतर बाप्पाजींची भावकी रोज त्यांच्या घरी खपू लागली. ते हूं म्हणून पैसा खर्च करीत होते; कारण आंबीच त्यांना एकुलती एक लेक होती. आंबीचं लग्न झाल्यावर पुन्हा ते कुणाच्या लग्नात पैसा खर्च करणार होते? त्यामुळेच तर त्यांनी खर्चात काहीही कमी पडू दिलं नाही.

साखरपुडा झाल्यापासून तर आंबीला उकळ्यावर उकळ्या फुटत होत्या. लवकरच ती नांदायला जाणार होती. शंकराची पार्वती होणार होती. रामाची सीता होणार होती. गरतीप्रमाणं संसार करणार होती. साखरपुडा झाल्यापासून बाप्पाजी आंबीला तर सारखे जवळ करत होते. लहान कोकराला गोंजारावे तसे आंबीला गोंजारीत होते. तिला निरनिराळ्या गोष्टी सांगत होते. गरतीप्रमाणे संसार कसा करावा, संसारात बारकावा कसा असावा, आपलं घराणं कसं आणि आपण वागणूक कशी ठेवावी, हे सारं काही स्वतःला कळो न कळो; पण बाप्पाजी मात्र आंबीला सांगत होते.

आंबीच्या लग्नाचं निम्म्या गावाला काम लागलं होतं. तर रोज नदीकाठच्या आडावर कबुतरासारखी आंबीची वाट पाहणारी पोरं आता हिरमुसली होती. आंबीविषयी रोज संध्याकाळी विचार करणारे शिळोप्याचे गप्पाळू कट्टे ओस पडणार होते. रंगा पैलवान तर तालमीकडं अजिबात फिरकला नव्हता. वाघासारखी ताकद असूनही आंबीसाठी झुरून झुरून त्याची गोगलगाय झाली होती. त्याच्या आसवांना तर बांधच उरला नव्हता.

# ४

चिंचोड्याहून आलेले वऱ्हाडकरी पाहुणे आणि भावकीतली जाणती माणसं यांची पंगत उठली आणि सारीजण निघायच्या तयारीला लागली. वऱ्हाडासाठी भावकीनं पाच-सहा गाड्या सजविल्या. पाहुण्यांकडून अगोदर पाच-सहा गाड्या आल्याच होत्या. हात धुतल्या धुतल्या गाडीवान बैलं जुंपण्याच्या मार्गी लागले.

आंबीला सकाळपासून तर उसंतच नव्हती. दिवस उगवायच्या आत बाप्पाजींनी तिला उठविली. राधाकाकूनं अगोदरच अंघोळीचं पाणी तापत ठेवलं होतं. आंबी उठल्यावर राधाकाकूनं स्वत:च्या हातानं तिला अंघोळ घातली. नंतर यमी, चिमी, आनशी इत्यादी भावकीतल्या पोरी करवल्या म्हणून जमल्या. आंबी त्यांच्या समवेत अंबाबाईच्या दर्शनाला गेली. अंबाबाईच्या पायावर डोकं ठेवून "आये, मी तुला सोडून निघाले. तुजी नजर असू दे माज्यावर-" असं बाप्पाजींनी सांगून ठेवलेलं वाक्य आंबीनं अंबाबाईसमोर उच्चारलं. नंतर इतर देव करून आंबी घरात आली.

आंबीच्या मैत्रिणींनी तिच्या अंगाला उटी लावली, तिच्या हातापायांना मेंदी लावली. बाप्पाजींनी लेकीसाठी खास तयार करून आणलेले दागिने आंबीने घातले. ती नवंकोरं साखरपुड्याचं पातळ नेसली. सकाळच्यापारी क्षितिजावर तांबुसशार रंगात सूर्य उगवावा तसा तिचा चेहरा दिसू लागला. तिला कुणाची दृष्ट लागू नये म्हणून राधाकाकूनं तिच्यावरून मीठ-मोहऱ्या ओवाळून चुलीत टाकल्या. उशीर झाला म्हणून करवल्यांनी तिला चट्दिशी मुंडावळ्या बांधल्या.

झालं. सारी तयारी झाली. सारं वऱ्हाड बेंडबाजा, लेझीम, ताशा यांच्या तालावर रस्ता कापू लागलं. बाप्पाजींनी गालावर ओघळणारे

अश्रू पटक्याच्या शेवानं पुसले. निम्मं गाव आंबीच्या लग्नासाठी नटून-थटून निघालं.

वेशीबाहेर गेल्यावर बेंडबाजा, लेझीम सारं काही थांबलं. त्यानंतर वऱ्हाडाच्या गाड्या सुसाट सुटल्या. घुंगुरांच्या तालावर बैल दौडू लागले. लहानसहान पोरं बैलगाडीत चिरडू लागली. जाणती माणसं बैलगाड्यांच्या आजूबाजूने झटक्यानं पाय उचलून चालत होती.

अगदी पहिल्या गाडीत साजशृंगार केलेली आंबी मैत्रिणींच्या घोळक्यात बुरखा घेऊन बसली होती. आता आंबीचं मन आभाळातून धावत होतं. ती आपल्या श्रीरामाला भेटायला चालली होती. राहून राहून तिला हसू फुटत होतं; पण आपल्या मैत्रिणींनी आपल्याला चिडवू नये म्हणून ती ओठांत हसू दाबत होती. तिच्या दोन्ही डोळ्यांसमोर श्रीरंग उभा राहत होता. श्रीरंगाला तिनं अनेकवेळा पाहिला होता. तो तसा अंगानं शेलाटा असला तरी गोरागोमटा आणि दिसायला उंचापुरा असा होता. त्याचा मुखडा आंबीच्या डोळ्यांसमोर सारखा दिसत होता. तिच्या मनात नाही नाही ते येत होतं आणि ती पुलकित होत होती. तिच्या सर्वांगावर काटा शहारत होता. बैलगाडी धावतच होती.

थोडंसं बाहेर पाहावं म्हणून आंबीनं डोळ्यांवरचा बुरखा थोडासा बाजूला केला आणि ती पाठीमागे पाहू लागली. माणसांनी भरलेल्या दहा-बारा गाड्या पाठीमागून येत होत्या. गाड्यांबरोबर जाणती माणसं चालत होती. एकाएकी तिचं लक्ष एका माणसाकडे गेलं आणि ती मनातून चरकली. तो रंगा पैलवानच होता! नेहमीचा रुबाब त्याच्या चेहऱ्यावर दिसत नव्हता. तर तो हिरमुसल्या चेहऱ्यानं चालत होता. लग्नाला जायचं म्हणून त्यानं अंगावर नवे कपडेसुद्धा घातले नव्हते. तिला त्या दिवशीचा पाण्याच्या वाटेवरचा रंगाचा तो प्रसंग आठवला आणि तिच्या पोटात धस्स् होऊ लागलं. खरंच, रंगाबरोबर मी पळून गेले असते तर..? तो अभद्र विचार तिनं मनातनं काढून टाकला. तिनं बुरखा डोळ्यांवर ओढून घेतला. बैलगाडी धावतच होती. बैलांच्या गळ्यातील घुंगरांचा नाद होत होता.

अखेर चिंचोडे गाव आलं. वेशीत वऱ्हाड थांबलं. त्यानंतर रीतीरिवाजाप्रमाणं दोन्ही गावच्या पाहुण्यांच्या भेटी झाल्या. मग बेंडाच्या

तालावर वऱ्हाड एकदाचं जानवसघरात* जाऊन पोचलं. त्यानंतर नवऱ्याबरोबरच करवल्यांसह नवरी केळवणाला बाहेर पडली. प्रत्येक घराघरांतून नवरा-नवरी केळवणाला फिरू लागली.

केळवणाच्या वेळी घराघरांतील बायका आंबीच्या तोंडावरचा बुरखा बाजूला सारून पाहत होत्या आणि चाट पडत होत्या. चिंचोड्याची पोरंसुद्धा उत्सुकतेनं आंबीचा चेहरा पाहत होती आणि थक्क होत होती. कोण तिचा तोतापुरी आंबा, तर कोण पिकलं अंजीर म्हणून उल्लेख करीत होतं. त्यानंतर असलं रत्न श्रीरंगाच्या गळ्यात कुणी बांधलं म्हणून सारा गाव मनातून आंबीच्या आई-बापाचा उद्धार करीत होता.

या सर्व सोहळ्यात आंबी पूर्णपणे आनंदून गेली होती. भावी स्वप्नांच्या सरी तिच्या अंगावर सारख्या बरसत होत्या आणि ती वेडावून जात होती. हळूच बुरख्याआडनं तिने घोड्यावर बसलेल्या श्रीरंगाचा चेहरा पाहिला आणि तिच्या सर्वांगातून एक आनंदाची लाट गुदगुल्या करून गेली. कितीतरी वेळ ती श्रीरंगाचा गोरापान मुखडा आपल्या डोळ्यांत साठविण्याचा प्रयत्न करीत होती.

केळवण आटोपल्यावर सारी माणसं जानवसघरात परतली. तोवर तिथं रामूकाका आहेर घेऊन आला होता. त्याला पाहताच आंबीनं जाऊन मिठी मारली. त्यानं तिला पोटावर घेतली. त्यानंतर आंबी त्याच्या पाया पडली. त्यानं तिला ''अष्टपुत्र सौभाग्यवती भव'' म्हणून आशीर्वाद दिला.

काका लग्नाला आलेला पाहून आंबीला सर्वांत जास्त आनंद वाटला; कारण तिच्या आईच्या माहेराकडचा तेवढाच नातलग लग्नाला हजर होता. तिचा आजा आणि आजी केव्हाच वारली होती. तिचं दुर्भाग्य म्हणूनच की काय तिला एकही मामा नव्हता. आंबीची मावशी मात्र काकाबरोबर आली होती. आंबीची आई वारली असली तरी तिला पाहण्यासाठी रामूकाका आणि अनूमावशी वर्षातून निदान एकदातरी हमखास येत. येताना मावशी लेकीकरता न चुकता काहीतरी गोडधोड करून आणायचीच. शाळेला असताना आंबी सुट्टीत मावशीकडं पंधरा-वीस दिवस न चुकता जायची.

---

* **जानवसघर** : वराकडच्या वऱ्हाडींना उतरण्यासाठी केलेली सोय

हळद लावताना तर चिंचोड्याच्या बायका आंबीचा मुखडा पाहून पुरत्या थक्क झाल्या. तिच्या दोन्ही गालांना हळद लावताना बायकांना तिचे मऊ फुलांसारखे गाल सोडू वाटत नव्हते. लग्नमंडपात साऱ्यांचं लक्ष आंबीकडं लागलं होतं. संध्याकाळी पाचच्या दरम्यान सूर्याच्या साक्षीनं एकदाच्या आंबीवर अक्षता पडल्या. बाप्पाजींना तर डोक्यावरचा जन्माचा भार कमी झाल्यासारखा वाटला. त्यांनी गालावर ओघळणारे अश्रू पटक्याच्या शेवाने पुसले.

आहेर वगैरे आटोपून परगावचे पैपाहुणे वाटेला लागले. त्यानंतर श्रीरंगाची भावकी वरातीच्या तयारीला लागली. लवकरच वरात निघाली. वरातीला ताशा, लेझीम, बॅन्ड, फटाके यांचा एकच जल्लोष उसळला. बाराच्या आत वरात परत घराकडे निघून आली.

त्यानंतर श्रीरंगाबरोबर आंबी स्वतःच्या घरात निघाली; पण तिला उंबऱ्यावर तिच्या सासूनं-हिराक्कानं रोखली. उंबऱ्यावर धान्याचं भरलेलं माप ठेवलेलं होतं. ते लवंडून आत जायचं होतं; पण त्याआधी उखाणा घेतला पाहिजे होता. उखाणा ऐकण्यासाठी तर आजूबाजूला ही गर्दी जमली होती. आंबीच्या रोमारोमातून आनंदाचे कारंजे उसळत होते. त्यामुळं ती फार लाजत होती. शेवटी तिनं मनाचा हिय्या केला आणि नाव घेतलं.

''आभाळातला चांद ढगाआडून झुलावा
रंगरावासोबत संसार बागंगत फुलावा-''

आंबीनं एकदाचं माप लवंडून घरात प्रवेश केला. त्यानंतर इतर बऱ्याच गोष्टी झाल्या. मग मात्र आंबी थोडी घाबरली. जी गोष्ट खोटी खोटी नको वाटत होती तीच आता समोर दत्त म्हणून उभी राहणार. पहिली रात्र! उंऽहूं! काहीतरीच!

माडीवरची खोली केव्हाच शृंगारली गेली होती. खोलीत श्रीरंगही कधीच गेला होता; पण हरणीप्रमाणं बावरलेली आंबी मात्र घरातच होती. हिराक्कानं गरम दुधाचा प्याला आणून आंबीच्या हाती दिला आणि आंबीला माडीपर्यंत पोचविण्यासाठी तिच्या दंडाला धरून हिराक्का जिना चढू लागली. वाऱ्याच्या झोतावर फुलानी जशी मान वाकवावी तशी आंबीची मान केव्हाच वाकली होती. लाजेनं तिच्या सर्वांगात गुदगुल्या होत होत्या. जिन्याची एक एक पायरी चढताना ढगांच्या

एका एका पायघडीवरून आपण स्वर्गातच जात आहोत असा आंबीला भास होत होता. एका नवीन जीवनानुभवासाठी ती लज्जेच्या लाटांवर स्वार होऊन चालली होती. ज्या गोष्टीच्या अनुरोधानं आंबीच्या मैत्रिणींनी तिला चिडवली होती ती गोष्ट लवकरच घडणार होती. बाप्पाजींनी सांगितलेली शंकर-पार्वतीची गोष्ट आंबीला अचानक आठवली. शंकराच्या प्राप्तीसाठी मधाकुल होऊन जाणारी उमा आणि आपण यात फरक तरी काय?

एकदाचं खोलीच्या दाराशी गेल्यावर हिराक्का थांबली आणि हळू आवाजात आंबीला म्हणाली, "जा." आंबीनं दाताखाली ओठ हळुवार दाबत पदराच्या कोनातून हिराक्काकडं पाहिलं आणि ती चपापली. हिराक्काचा चेहरा काळाठिक्कर पडला होता. आंबीनं ओळखलं. लग्नाच्या घाईत हिराक्काला काही थोडा त्रास झाला नव्हता. दुसऱ्याच क्षणी आंबीनं दार पुढं लोटलं आणि शृंगारलेला पलंग समोर पाहताच आपण स्वर्गात आहोत की पृथ्वीवर हेच तिला कळेनासं झालं. तिनं अलगद हातांनी दाराला अडसर घातला आणि ती एक एक पाऊल टाकीत पलंगाच्या दिशेनं जाऊ लागली. तिच्या हातातला दुधाचा प्याला लटपटू लागला. आयुष्यात कसल्या न अनुभवलेल्या लाटा तिच्या सर्वांगातून फुलत होत्या. कसलीशी गोड अनामिक हुरहुर तिला लागून राहिली होती. इतक्यात तिला एकदम जोराचा धक्का बसला. ती खुळ्यासारखी बावरून साऱ्या खोलीभर पाहू लागली. श्रीरंग कुठे होता?

आंबीला आता फक्त घाम फुटायचा बाकी होता. ती भांबावून सगळीकडे पाहू लागली. थरथरत्या हाताने आंबी दुधाचा पेला पलंगावर ठेवू लागली. तोच पलंगाजवळ तिच्या पायाला काहीतरी लागलं. तिनं त्यावर हात ठेवला तोच गर्भगळीत झालेला श्रीरंग थरथरत वर उठला. त्याच्या सर्वांगाला घाम फुटला होता. एखादा मारेकरी धारदार शस्त्र घेऊन खून करायला आल्यावर जशी परिस्थिती व्हावी अगदी तशी परिस्थिती श्रीरंगाची झाली होती. तो खच्चून थंडी भरल्याप्रमाणे जागच्या जागी उडत होता. शेळीनं वाघाकडं पाहावं तसा आंबीकडं पाहत होता. त्याचं ते रूप पाहून आंबीच्या काळजाचं पाणी पाणी झालं. तिनं घाबरून त्याच्या खांद्यावर हात ठेवला तर तो चटकन दोन

हात लांब बाजूला झाला. कापऱ्या सुरात आंबीनं विचारलं, ‘‘असं काय करताय वोऽसांगा तरीऽ.. सांगाऽऽ...’’

‘‘सांगतो, पण पुढं येऊ नको.’’ लटालटा कापत श्रीरंग म्हणाला, ‘‘तुज्या आय-बाची तुला शपथ हाय, पुढं येऊ नकोऽ!’’

‘‘पण का?’’

‘‘एका चांगल्या ज्योतिषानं सांगितलया, लग्नाच्या पयल्या रात्री बायकूबरूबर झोपशील तर तिथंच याड लागून मरशीलऽ!’’ घाबरून श्रीरंग उत्तरला.

आता मात्र आंबीच्या सर्वांगातील अवसान गळालं. मघाशी तिच्या अंगात नाचणाऱ्या त्या लाटा साऱ्या कुठल्याकुठं पळून गेल्या. ती कंबर मोडल्याप्रमाणं पलंगावर बसली. साऱ्या आयुष्याची राख झाल्यासारखं तिला वाटू लागलं. इतक्यात श्रीरंग थरथरत बोलला, ‘‘मला मन न्हाय का? पण ज्योतिषानं सांगितलंय, पयल्या राती तेवढा बायकूबरूबर झोपू नगं!’’

आंबी खुळ्यासारखी गप्प बसून होती. इतक्यात तिला खोलीच्या दारापाशी कुणाचीतरी पावलं वाजल्यासारखी झाली. ती चट्कन उठली आणि तिनं दार उघडून पाहिलं. तिथं तर कुणीच नव्हतं. आंबी परत येऊन पलंगावर मेलेल्या मढ्यागत बसली.

एकाएकी आंबीला उमाळून* आलं. तिनं दोन्ही गुढग्यांच्या खोबणीत मान घातली आणि ती हुंदक्यावर हुंदके देऊ लागली. तिच्या डोळ्यांतून आसवांच्या धारा वाहू लागल्या. त्या तिच्या ओटच्यातसुद्धा ठरत नव्हत्या. आंबीचा जीव रडरडून थकला नाही; पण तिची आसवं थकली. ती तशीच समोर शून्य नजरेनं पाहत राहिली. खाली जमिनीवर बसूनच श्रीरंग खुळ्यागत तिच्याकडं कितीतरी वेळ पाहत होता.

पलंगावर शिंपडलेलं अत्तर हवेत केव्हाच विरून गेलं होतं. खोलीतले दिवे क्षीण होत चालले होते. त्यामुळं आंबीच्या अंगावरचं हिरवेपणही काळपट होत चाललं होतं. आंबीनं खिडकीतून बाहेर पाहिलं. उंच आभाळात चंद्राच्या शेजारची चांदणी त्याच्याबरोबर लगट करण्याचा प्रयत्न करत होती. इतर चांदण्या उगाच लुकलुकत होत्या. इतक्यात

---

* ***उमाळून येणे*** : ऊर भरून येणे

एक ढग आडवा आला आणि चंद्रानं त्या चांदणीसह दडी मारली आणि इतर चांदण्या डोळे टवकारून तिकडे पाहतच राहिल्या.

# ५

आंबी आज नांदायला जाणार होती. त्यामुळे घरात घाई उसळली होती. ही पहिलीच खेप असल्यामुळे भरभक्कम शिदोरी करायला हवी होती. चिंचोड्याहून आंबीला नेण्यासाठी रात्रीच मुराळी आले होते. त्यामुळे सकाळपासून राधाकाकू गडबडीत होती. सजुगऱ्या* करण्यासाठी भावकीतल्या बाया बोलविल्या होत्या. राधाकाकूनं चुलाण्यावर भलीमोठी कढई ठेवली होती. सजुगऱ्या तळून काढण्यासाठी स्वत: राधाकाकू चुलीजवळ बसली होती. चर्रऽ चर्रऽ करीत एकेक सजुगरी बाहेर येत होती. भावकीतल्या बायकांना आंबी आजीबाईचा आव आणीत मदत करीत होती; पण बायका काही गप्प बसत नव्हत्या. त्या तिला काही ना काही टोचून बोलत होत्या. तिच्या सासरच्या गावाला गेल्यावर ओळख देण्यासाठी त्या तिला सांगत होत्या, गीतातून प्यायला पाणी मागत होत्या–

"अगं, घराच्या ग धनिणी
तुझ्या माह्यारची मी
लोटाभर प्यायला देणार का ग पाणी
अगं, घराच्या ग धनिणी
नकं मला तुझं पाणी
सुखानं नांदा,
नांदाऽ राजा–राणी!"

बायांच्या बोचऱ्या बोलण्याला आंबी काही कमी पडत नव्हती. ती त्यांना सासरी पाणीच काय, पण साडी-चोळीही देणार होती. एकदाच्या

---

* ***सजुगऱ्या*** : सांज्याच्या पोळ्या

सजुगरीच्या पाच-सहा दुरड्या* आटोपून बायका आपापल्या घरी जायला निघाल्या. तेव्हा जाता जाता बंडदाची बायना आंबीला सांगून गेली, "बघ हा आंबे, वरसाच्या आत पोरगा हुयाला पाहिजे! मग बाळंतविड्याच्या पोळ्या करायला मी बिन बोलविता येते!"

बायनीच्या या बोलाबरोबर आंबी दचकली; पण तिनं लगेच स्वत:ला सावरलं.

आंबी आज नांदायला जायची म्हणून गणूआप्पा रानात गेला नव्हता. आंबीसाठी काही लागलं सवरलं ते सारं तो पाहत होता. सकाळपासून तर बाप्पाजी पूर्णपणे उदास होते. पोटचं एकुलतं एक लेकरू आज आपल्याला सोडून जाणार याचं त्यांना फार वाईट वाटत होतं. आज आंबीला न्यायला मुराळी* येणार असा हिराक्काचा सांगावा चार दिवसांपूर्वी आल्यापासून बाप्पाजींना आंबीच्या भोवतीनं हलू वाटत नव्हतं. आंबीला तिच्या भल्यासाठी, सुखी संसाराच्या गोष्टी सांगता सांगता त्यांना कितीतरी दिवस मध्यानीच्या आत झोप लागली नव्हती. शिवाय ते प्रत्येक वेळी आंबीला घरंदाजागत कसं वागायचं, घराण्याचं नाव कसं उंचवायचं अशा सर्व व्यावहारिक गोष्टी सांगत होते.

आज आंबीलाही कसं उदास उदास वाटत होतं. मायेच्या माहेराला पारखं होण्याच्या नुसत्या कल्पनेनं तिच्या अंगावर शहारे येत होते. बाप्पाजींनी सांगितल्याप्रमाणे आंबी सकाळच्या वेळीच अंबाबाईला नारळ फोडून आली होती. तेव्हा तिनं तिथं कठड्यावर बसलेला रंगा पैलवान पाहिला; पण त्याच्याकडे पाहताना तिला काहीच वाटलं नाही. शिवाय आपल्याकडे पाहण्याची रंगाची नजरसुद्धा बदलली आहे, हे तिला लगेच कळून चुकलं होतं.

निघायची वेळ झाली. त्याबरोबर राधाकाकूनं कालवलेला दूध- भात आंबीनं कसातरी चटदिशी खाऊन घेतला. त्यानंतर लग्नातला हिरवा शालू नेसून आंबी जाण्यास तयार झाली. प्रथम ती देवाच्या

---

* **दुरड्या** : टोपल्या
* **मुराळी** : नववधूला सासरी सोडण्यास आणि घेऊन जाण्यास आलेली जवळची व्यक्ती

पाया पडली. त्यानंतर राधाकाकूच्या पाया पडताना काकूनं तर तिला पोटाबरोबर घेतली. गणूआप्पाचा निरोप घेऊन आंबी घरातून बाहेर पडली. गल्लीतल्या, घराघरातल्या आयाबायांना, मैत्रिणींना ''जाते'' असं सांगायला प्रत्येकाच्या घरी गेली. जाणीव असणाऱ्या बऱ्याच आयाबायांनी तिची खणानारळानी ओटी भरली. त्यानंतर ती बैलगाडीत बसली. तिच्या माहेरचे मुराळीसुद्धा तिच्याबरोबर होते.

गाडीच्या पाठीमागून बाप्पाजी चालले होते. गाडीत बसलेल्या आंबीला ते बरंचसं काही काही सांगत होते. गाडी घुंगरांच्या तालावर वेगानं चालली होती; पण बाप्पाजी खुळ्यागत गाडीमागून धावत होते. पाहता पाहता गावशिवेचा आंबा जवळ आला आणि बाप्पाजी तिथेच थांबले. ''लेकी, जा, सीता-सावित्रीगत नांद–'' म्हणून मोठ्यानं सांगून त्यांनी हात उंचावला. आसूभरल्या डोळ्यांनी आंबीनेही हात उंचावला आणि ती बाप्पाजींना निरोप देऊ लागली. पाहता पाहता बाप्पाजी दिसेनासे झाले. मग आंबीनं मान पुढं वळवली.

श्रावण महिना सुरू होता. नेहमीप्रमाणे ऊन-पावसाचा खेळही सुरू होता. रस्त्याच्या आजूबाजूला नजर जाईल तिथंपर्यंत सगळीकडे हिरवंगार दिसत होतं. आजूबाजूची भातांची खाचरं पाण्यानं भरली होती. भात चांगलं गुडघ्याएवढं उंच झालं होतं. तिवड्यावर बसून बायका भात भांगलीत होत्या. सगळीकडे भांगलणच सुरू होती. भांगलणीची पातीला पात लागत होती. त्याबरोबरच बायकांची मायेनं ओथंबलेली गाणी रंगतच होती–

''लाडाची लेकऽऽ
सासराला जाय गं ।
कुठं गेलं वासरू
हंबरती गाय गं ।
डोळा आलं पाणी
आवर आता बाय गं ।
माय-बाप आता
कुणी तुला न्हाय गं ।
लाडाची लेक सासराला जाय गं ।''

माहेरची शीव केव्हाच पाठीमागं पडली होती. बैलगाडी आता

चिंचोड्याच्या हद्दीत शिरली होती. आंबीचा जीव आता सासराकडं लागला होता. आता लवकरच घर जवळ येणार होतं. घराची आठवण येताच ती दचकली. तिला पहिल्या रात्रीची आठवण आली आणि तिचं सर्वांग शहारलं. आपल्या नवऱ्याची झालेली ती केविलवाणी स्थिती काही केल्या तिच्या डोळ्यांसमोरून जात नव्हती. असलं कसलं डोंबलाचं भविष्य होतं कुणास ठाऊक!

आंबीनं ती गोष्ट मात्र दुसऱ्या कुणाला सांगितली नव्हती. इतरांना सांगून स्वत:ची नाचक्की करण्यात काय अर्थ? तिनं आपल्या सासूला, हिराक्कालासुद्धा ती गोष्ट सांगितली नव्हती; कारण आपल्या लेकाची ती केविलवाणी स्थिती ऐकून बिचारीला धक्का बसला असता. पाच दिवस नांदून माहेरला गेल्यावर ती गोष्ट आपल्या बापाला सांगावी असं तिच्या मनात अनेकवेळा आलं; पण तिनं ते सारं मनातल्या मनात दाबून ठेवलं होतं; मात्र या ना त्या प्रकारे त्या गोष्टीचा छडा लावण्याचा तिनं प्रयत्न केला होता. सांगितलेल्या भविष्याप्रमाणं वागावं लागतं का? असल्या गोष्टी खऱ्या असतात का? इत्यादी अनेक प्रश्न तिनं अनेकींना विचारले होते.

सासरची एक एक गोष्ट आठवली की आंबी पुलकित होत होती. हिराक्काची तिच्यावर फार माया होती. आपल्या सुनेचा नुसता मुखडा पाहून तिला किती आनंद वाटायचा. पहिल्या पाच दिवसांत तिनं सुनेला आपल्या घरातील अनेक गोष्टींची ओळख करून दिली होती. तिनं आपल्या परड्यात पडवळ, दोडकीचं बी आपल्याच नव्या सुनेच्या हातानं घातलं होतं. तिला त्या बियांची आठवण झाली तेव्हा तिच्या मनात प्रश्न डोकावला. आता वेल उगवून आला असेल. केवढा मोठा झाला असेल तो?

एकाएकी आंबीला श्रीरंगची आठवण आली. त्याचा गोरागोमटा, उंचापुरा चेहरा तिच्या डोळ्यांसमोर उभा राहिला आणि ती सुखावली. आपल्या पहिल्या रात्रीचा विचका नशिबानं केला; पण येथून पुढील रात्रींविषयी श्रीरंग किती उत्सुक असेल? तो आता आपली वाट चातकासारखा पाहत असेल! श्रीरंगचा विचार करतानाच बंडदाच्या बायनीचे सकाळचे ते बोल तिच्या कानात घुमू लागले, "बघ हां आंबे, वरसाच्या आत पोरगा हुयाला पायजे. बाळंतड्याच्या पोळ्या करायला

बिन बोलिवता मी येणारच.''

आंबी खुदकन् हसली. तिचं ते हास्य मुराळ्यांना स्पष्ट ऐकू गेलं. एक मुराळी म्हणाला, ''हां, वयने, हसायला काय झालं?''

''काय न्हाय...!'' आंबी गालात हसू लपवित म्हणाली.

## ६

सकाळ झाली होती. साऱ्या घरातून कोंबड्या क्वॉक् क्वॉक् करीत फिरत होत्या. आंबीनं चुलीवर चहा केव्हाच ठेवला होता. चहा उकळलेला पाहताच गरम पाणी घेऊन ती परड्याकडच्या दारात बाजूला गेली. खळाळा गरम पाण्यानं तोंड धुऊ लागली. तोच तिचं लक्ष समोरच्या वाळकी, पडवळीच्या मांडवाकडं गेलं. त्या वेली पाहून तिला आश्चर्याचा धक्का बसला. तिनं लग्नाच्या दुसऱ्या दिवशीच तिथं बी पेरलं होतं; पण महिना-दीड महिना माहेरला जाऊन परत आली तेव्हा पाहते तर वेली पार मांडवावर गेल्या होत्या. प्रत्येक वेलीचे तंतू मेढीला आणि फाट्यांना घट्ट पकडून राहिले होते. तेव्हा वेलींना फुलं पडण्याची वेळ आली होती; पण आज पाहते तर वाळकं आणि पडवळ यांनी सारा मांडव फुलून गेला होता. केव्हा फुलं पडली आणि त्याची केव्हा फळं झाली हेसुद्धा तिला कळलं नव्हतं. ती घरात आली तोवर तिच्या सासूनं पुढच्या सोप्याला बसलेल्या श्रीरंगला चहासुद्धा नेऊन दिला होता.

आंबीनं झटकन् चहा घेतला आणि पाण्यासाठी दोन कळश्या घेऊन ती पुढच्या दारातून बाहेर पडली. जाताना तिनं पुढच्या सोप्याला पाहिलं तर तिथं तिला श्रीरंग दिसला नाही. चहाची मोकळी बशी मात्र तोंड ''आ'' वासून बसली होती. तिच्या मनाला कसंतरी वाटलं.

कळशी घेऊन आंबी पाण्याच्या वाटेला झपाझपा चालू लागली. आज उठायला किती उशीर झाला होता. आतापर्यंत किमान दोन खेपा तरी व्हायला हव्या होत्या. आंबी पांदीनं जात असतानाच बरेच पुरुषी डोळे तिच्या सर्वांगावरून फिरत होते. तिच्याकडे डोळे भरून पाहण्यात समाधान मानीत होते. तिच्या ते चांगल्या प्रकारे ध्यानात येत होतं; पण मनातून तिला अशा वर्तनाची शिसारी येत होती. आपलं लग्न

झालं तरी पुरुषांच्या नजरा आपल्याभोवतीच का घुटमळत्यात... वंगाळच नजरा मेल्या!

आंबी जरा पुढं गेली तर तिच्या घराच्या आसपासच्या बायकांचा घोळका पाण्याच्या घागरी भरून घेऊन समोरून आला. त्याबरोबर ती थांबली. त्यातल्या एकीनं विचारलं, "ताईसाब, उशीर का वं?"

"कसा झाला ते कळंनाच. उठलेच उशिरानं." आंबी सरळ सरळ बोलली.

"उशिरानं उठशील तर काय हुईल बाई? उशिरा झोपायचं म्हटल्यावर उशिरानंच उठलं पायजी की!" दुसरी म्हणाली.

"म्हणजी?" आंबीचा भोळा प्रश्न.

"अगं, नवं करकरीत जोडपं असल्यावर मेली झ्वाप लवकर कशी लागंल?" असं म्हणून पहिली बाई हसत पुढं गेली.

पहिलीच्या बोलण्यावर साऱ्याजणी खदाखदा हसत तिच्याकडं पाहतच पुढं गेल्या. आंबीलापण ते बोलणं गुदगुल्या करणारं वाटलं.

आंबी जरा पुढं गेली आणि तिला एकदम ठेचकाळल्याप्रमाणं झालं. त्या बायांचं बोलणं तिला झोंबलं. तिच्या मस्तकाची शीर उठली आणि ती गेल्या तीन आठवड्यांपासूनच्या एकेक गोष्टी आठवू लागली. ती माहेराहून आल्यापासून श्रीरंगनं तिच्याकडं ढुंकूनही पाहिलं नव्हतं. जर घरात क्वचित दोघांची नजरानजर झाली तर तो खाली मान घालत होता. दोघांच्या बोलण्याचा तर अजिबात प्रश्न नव्हता. आंबीच्या जिवाची रोज घालमेल होत होती.

श्रीरंग घरात कसला तो नावालाही थांबत नव्हता. दोन वेळेला जेवायला तेवढा घरी येत होता. नाही तर दिवसाचा रानातून आला म्हणजे गावात बाहेरच मित्रांकडे थांबत होता. रात्री झोपायलाही कुणीकडे दुसरीकडेच जात होता. जणू काही लग्न होऊन आपली बायको घरी आहे हे त्याच्या गावीही नव्हतं. त्याची आठवण आली म्हणजे आंबीचं मन पेटून उठत होतं. तिच्या मनात सारखं येत होतं, जावं आणि सासूलाच विचारावं, "तुमचा पोरगा असा येड्यागत काय करतोय?" 'पण हे कसं सांगायचं? सासू काय म्हणील? हिला दम काही माहीत आहे की नाही?'

"आंबे, पाण्याच्या किती खेपा आणशील? आता पाणी पुरं झालं

की!'' सासूच्या या बोलाबरोबर आंबी भानावर आली. विचारांच्या चक्रात आंबीनं पाण्याच्या किती खेपा आणल्या त्या काही तिला कळल्याच नाहीत. त्यानंतर सासवा-सुना जेवायला बसल्या. इतक्यात श्रीरंग आला आणि त्यानं आपल्या आईला बाहेर सोप्याला बोलावून घेतली. तो कुठल्यातरी गावाला जातोय हे मायलेकरांच्या बोलण्यावरून आंबीला कळून चुकलं.

जेवणानंतर दळण, घरकाम इत्यादीत आंबीचा दिवस कसा गेला ते तिला कळलंच नाही. दिवसभर तिचं डोकं ठणकत होतं. श्रीरंगच्या विचित्र वागण्याचा तिला मनातून राग येत होता. एक-दोन नव्हे, किती दिवस असं चालायचं? त्यातच गावातल्या बायका आणि बापयमाणसंसुद्धा तिला सारखं सारखं चिडवून आगीत तेल ओतत होत्या.

एकदाची संध्याकाळ झाली. आंबीनं झटक्यात स्वयंपाक करून घेतला. बाप्पाजींनी शिकवलेलं शिक्षण तिच्या सर्वांगात भिनलं होतं. स्वयंपाक, झाडलोट, धुणं सारं कसं वेळच्या वेळी आणि व्यवस्थित पार पडत होतं. तिच्या या वक्तशीर कामावर तिची सासूसुद्धा खूश होती.

आंबीनं स्वयंपाक केव्हाच तयार केला होता; पण हिराक्का श्रीरंगची वाट पाहत होती. आज संध्याकाळी कुठल्याही परिस्थितीत येतो, असा निरोप तो आईला सांगून गेला होता, त्यामुळे तो येण्याआधी जेवून उपयोग नव्हता. शेवटी हिराक्का श्रीरंगची वाट पाहून कंटाळली. सारं गाव जेवलं तरी श्रीरंग येत नव्हता. बाहेर तर पावसाची रिपरिप चालू होती. शेवटी हिराक्का कंटाळून उठली आणि आंबीला म्हणाली, ''चल ग आंबे, आता श्रीरंग काय येत न्हाई, दोन दोन घास खाऊन घीऊ.''

सासूसोबत कसंतरी दोन घास खायचं म्हणून आंबीनं खाल्लं. त्यानंतर पसारा आवरून तिनं झाडलोट केली आणि सासूशेजारीच अंथरूण टाकलं. ती रोज सासूशेजारीच झोपी जात होती. हिराक्कानं दिवा मालवला; पण आंबीच्या नेत्रांचा दिवा काही मालवत नव्हता. ती अंधारातच पाहत होती. तिला काही लवकर झोप येत नव्हती. तिचा जीव माशाप्रमाणे तळमळत होता. ती कुशी बदलून दमली; पण तिला लवकर झोप लागत नव्हती. अखेर तिचा कसातरी डोळा लागला...

आंबीच्या डोळ्यांसमोर परड्यातला मांडव डोलू लागला. तिनं लग्नाच्या दुसऱ्या दिवशी स्वत:च्या हातानं बी पेरलं होतं. त्याच्या वेली मांडवाला घट्ट पकडून पावसात, वाऱ्यात उभ्या होत्या. त्यांनी फळंही टाकली होती आणि त्या आनंदात वाऱ्याच्या तालावर डोलत होत्या... कसलातरी आवाज ऐकून आंबी जागी झाली. तिनं कान देऊन ऐकायला सुरुवात केली. ती झोपल्यावर केव्हातरी श्रीरंग हळूच आला होता. त्याला हिराक्का जेवण वाढत होती. दोघं मायलेकरं बोलत होती. श्रीरंगने जेवून हात धुतला तेव्हा हिराक्का बोलली, ''लेकरा, आता गावात कुठं झोपायला जातूस? मध्यान रात्र टळून जाईल आता. जा, माडीवरच्या खोलीत झोप जा.''

आईच्या सांगण्यानुसार कंदील घेऊन श्रीरंग माडीवर झोपावयास गेला. हिराक्कानं दिवा मालवला आणि तीसुद्धा आंबीच्या बाजूला अंथरुणावर पडली.

आंबीची झोप केव्हाच उडाली होती. तिचा श्वासोच्छ्वास तिलाच फार मोठा वाटत होता. ती पाण्याबाहेर काढलेल्या माशाप्रमाणे तळमळत होती. तिची गात्रं आणि गात्रं पेटून उठली होती. तिच्या सर्वांगातून एक नवी लाट उसळत होती. सारं अंग ऊनजाळ झालं होतं. ओठ थरथरत होते. काय झालं होतं ते तिला काही कळतच नव्हतं. ती अंथरुणात उठून बसली. अंधारात इकडं-तिकडं पाहू लागली. तिला तिच्या सासूच्या घोरण्याचा आवाज ऐकू येऊ लागला. तिला थोडंसं बरं वाटलं. ती चट्दिशी उठून उभी राहिली. तिला कशाचंही भान राहिलं नाही. तिची पावलं अंधारातून बरोबर जिन्याकडं वळली. ती जिना चढून माडीवर केव्हा गेली हे तिचं तिला कळलं नाही.

आंबीनं खोलीचं दार हळूच उघडलं तर आतून कंदिलाचा मंद प्रकाश बाहेर आला. कंदील बारीक करून श्रीरंग खुशाल पलंगावर झोपी गेला होता. आंबी पुढं गेली. तिच्या छातीवरचा पदर ढळला होता. तिनं जवळ जाऊन श्रीरंगच्या चेहऱ्याकडं थोडं पाहिलं. त्यानंतर तिनं आपला हात श्रीरंगच्या कपाळावर ठेवला. पुरुषी त्वचेचा स्पर्श होताच तिचं सर्वांग थरारलं. ती चट्दिशी पलंगावर आडवी झाली. तिनं आपला एक हात श्रीरंगच्या अंगावर टाकला आणि आपले ओठ हळूच त्याच्या गालाला लावून त्याचा मुका घेतला. त्याबरोबर ''अगं

आये... मेलू गं...'' म्हणून ओरडत श्रीरंग धडपडून उठला. त्यानं चटकन् कंदिलाची वात मोठी केली आणि तिच्या प्रकाशात आंबीला पाहताच त्याला दरदरून घाम फुटला. तो भिऊन पाठीमागं पळू लागला. आंबी उठून उभी राहिली आणि संशयाने श्रीरंगकडे पाहू लागली. तिच्या जळत्या देहाचा निखारा समोर जळत होता; मात्र श्रीरंग मागं मागं पळत होता.

एकाएकी आंबीच्या डोक्यात संशयाचं भूत नाचू लागलं. त्यानं तिला पुरतं घेरलं. तिची झिपरी आणि झिपरी धरून ते तिला फरपटत ओढण्याचा प्रयत्न करू लागलं. आता मात्र तिच्यातील खरी स्त्री जागी झाली. तिच्या अंगाची रागानं लाही लाही झाली. सासूच्या समाचारासाठी ती रागानं खोलीतून बाहेर पडू लागली तर तिथंच तिची आत्ती - सासू - हिराक्का हुंदके देत भिंतीबरोबर उभी होती. आंबी रागाच्या खाईत पुरती पेटली. तिनं सरळ हिराक्काच्या झिपऱ्या धरल्या आणि तिला फरपटत श्रीरंगच्या पुढं ओढून नेऊन ती तिला विचारू लागली, ''बोल कैदासनी, ह्यो माणूस हाय का भूत हाय?'' ती हिराक्काच्या झिपऱ्या जोरजोरानं उपटण्याचा प्रयत्न करू लागली. श्रीरंग पुढं उभा होता; पण त्याची एक शब्दही बोलायची ताकद नव्हती. उलट तो कोपरा धरून थरथर कापत उभा होता.

आंबी सासूला खडसावून विचारत होती, ''बोल, कोण हाय ह्यो...? सांग...?''

''सांगतु ग बाई, सांगतु-'' हिराक्का झिपऱ्या सोडवून घेत हुंदक्यावर हुंदके देत म्हणाली, ''माजा पोरगा दिसायला गडी हाय; पण त्यो खरा पुरुस न्हाई... खरा पुरुस न्हाई...''

''काय...?'' आंबी मोठ्यानं किंचाळली. तिनं परत दोन्ही हातांनी हिराक्काचं अंग ओढीत तिला ठासून विचारलं, ''अगं कैदासनी, मग माजा गळा का तू कापलास? पयलंच हे का सांगितलं न्हाईस? अगं, बोल की ग...''

''सांगितलं होतं...'' हिराक्का रडतच बोलली, ''हे लगीन काय झालं तरी करू नगं म्हणून तुज्या बाला सांगत हुतू; पण त्येनं आयिकलं न्हाई...''

हिराक्काच्या त्या बोलण्याबरोबर आंबीनं तिच्या झिपऱ्या सोडल्या.

ती गर्भगळीत झाली. तिच्या सर्वांगाला दरदरून घाम फुटला होता. तिनं कसंतरी नेट धरून हिराक्काला विचारलं, ''मग सरळ सरळ तुला सांगायला काय झालं हुतं ग?''

''कसं सांगू गं...?'' हुंदक्यावर हुंदके देत हिराक्का बोलली, ''स्वत:च्याच पोरात गडीपण न्हाई म्हणायला कुठल्या आयची ताकद हुईल गं?''

आंबीच्या सर्वांगातलं अवसान संपलं. ती धाडकन खाली बसली आणि मोठमोठ्यानं हुंदके देऊन रडू लागली. तिच्या डोळ्यांतून आषाढाचा पाऊस धो धो वाहू लागला. तिचं सर्वांग हीव भरलेल्या माणसागत उडत होतं. ती बराच वेळ रडत बसली. एकदम ती चटकन उठून उभी राहिली आणि झपाझपा पावलं टाकीत जिना उतरून बाहेरच्या सोप्याचा आडणा काढून अंधारात बाहेर पडली.

''आंबे थांब...'' तिच्या पाठीमागून तिला अनेक हाका ऐकू येऊ लागल्या; पण तिला कशाचंही भान नव्हतं. डोळ्यात बोट घातलं तरी बाहेरचं काही दिसत नव्हतं इतका अंधार होता. तरी ती झपाझपा चालत होती. तिच्या अंगावर पावसाच्या सरी कोसळत होत्या. मांड्यांइतका चिखल पालथा घालून ती झपाट्यानं चालत होती.

आता ती पूर्वीची आंबी राहिलीच नव्हती!

## ७

भरून आलेलं आभाळ केव्हाच ओसरलं होतं. मघापसून धो धो पडणारा पाऊस थांबला होता. पहाटेचा चावरा वारा आता सगळीकडे जोराने वाहत होता. अगोदरच पावसात भिजलेला माळ आता पहाटेच्या थंडीनं पार गारठून गेला होता. आंबीचा मघाशी उडालेला भडका किंचित शांत होत आला होता; पण निखारे विझले नव्हते. उलट राहून राहून फुलत होते. आंबीच्या डोळ्याचं पाणी तर तुटतच नव्हतं. तिच्या मनाचं आभाळ गलबलून आलं. तिच्या डोळ्यांतून पाण्याच्या सरीवर सरी येत होत्या.

पहाट विरून गेली तरी आंबी झपाट्यानं चिखळलेला रस्ता तुडवीत चालली होती. तिला कशाचीही भीती वाटत नव्हती. ती फक्त माहेरच्याच ओढीनं चालत होती. आता सगळीकडं आभाळ फाटलं होतं. आंबीला फक्त माहेरचाच आणि सर्वांत महत्त्वाचा म्हणजे बाप्पाजींचा आधार होता. त्याशिवाय तिला जगात कोणी राहिलं नव्हतं. सगळीकडं फटफटलं तेव्हा माळावरून दूर असलेलं भालगाव दिसलं. आंबाबाईच्या देवळाचा उंचच्या उंच कळस दिसताच तिनं मनोभावे हात जोडले आणि ती पाय उचलून चालू लागली.

सहा-सात मैल चिखल तुडवून आणि उभ्या पावसात भिजून आंबीचं अंग पूर्णपणे गारठून गेलं होतं. तिचं पातळ आणि चोळी थंडीनं अंगाबरोबर चिकटून बसली होती; पण तिला कशाचंही भान नव्हतं. तिला घरात धावत जाऊन बाप्पाजींना मिठी मारायची होती आणि धाय मोकलून रडायचं होतं. गळा मोकळा करायचा होता.

आता गाव जागा होऊ लागला होता. गावकरी शौचाच्या आणि गवताचे भारे आणायच्या निमित्तानं घरातून बाहेर पडत होते. आपली

अब्रू फुटक्या नशिबानं लुटली ती लुटली, निदान इतरांना तरी कळायला नको, असा विचार करून घरात लवकर पोचण्यासाठी आंबी वेगानं चालली. तिनं मुख्य रस्ता बदलला आणि बाजूच्या उसाच्या बांधानं ती गावाकडं निघाली. तिची ती केविलवाणी स्थिती पाहून उसाच्या पानांच्या डोळ्यांनाही पाणी आलं. पानापानांतून भुईवर टपटप आसवं पडू लागली.

मुख्य गल्लीनं न जाता गावाच्या पाठीमागून जाऊन एकदाचं तिनं आपल्या घराचं परड्याकडचं दार गाठलं. दार अजून बंदच होतं. तिनं दारावर टक् टक् केलं. राधाकाकूनं दार उघडलं. इतक्या लवकर आणि असल्या विचित्र स्थितीत तिला पाहून तिचा तिच्या डोळ्यांवर विश्वासच बसेना. तिनं राधाकाकूला पाहिली मात्र आणि तिचं सारं अंग भरून आलं. तिनं राधाकाकूला कडकडून मिठी मारली आणि ती तिच्या खांद्यावर मान टाकून ओक्साबोक्सी रडू लागली. त्या सर्व प्रकारानं राधाकाकू भांबावली; मात्र आंबी काही केल्या रडायची बंदच होईना.

नवऱ्यानं मारलं का? सासू काही बोलली का? असे लाख प्रश्न राधाकाकूनं आंबीला विचारले; पण तिला उत्तरच द्यायचं सुचेना. काकूनं तिची बिकट परिस्थिती ओळखली आणि तिला तिनं काही न विचारता तिच्या अंगावरची कापडं तिला बदलायला लावली.

काकूचं पातळ आंबी कसंतरी नेसली. तोवर काकूनं चूल चांगली ढणाणा पेटवली आणि तिनं तिला चुलीशेजारी धगीला बसविली. मग ती तिच्या केसांवरून हात फिरवू लागली. जरा शेकल्यानंतर काकूनं परत आंबीला विचारलं, "व्हय गं आंबे, काय झालं? सासूनं मारलं का?"

"आता कसं सांगू गं काकू..." आंबी हुंदक्यावर हुंदके देत म्हणाली, "माजं नशीब धड असतं तर जलमभर मार खाल्ला असता तरी चाललं असतं; पण आता मार कुणासाठी खाऊ गं? आणि कशासाठी खाऊ?"

"म्हणजी गं?" काकूनं शंकेनी विचारलं.

"काकू, माज्या नशिबात कायबी ऱ्हायलं न्हाई बग." आंबीच्या डोळ्यांची धार काही केल्या तुटत नव्हती.

"अगं पण, काय ते खरं सांग की!" काकू बोलली.

“काय सांगू काकू? माजा नवरा नुसता नावाला नवरा हाई, तेच्यात गडीपण न्हाई ग...” असं म्हणून आंबीनं हंबरडा फोडला.

आंबीचे ते उद्‌गार ऐकताच राधाकाकूला जोरात धक्का बसला. तिनं आंबीला पुढं ओढली आणि तिला पोटावर धरून ती आसवं ढाळीत म्हणाली, “अगं अभागने, कसला जलम घिऊन आलीस गं? अगं, परमीसरानं तुलाच ह्यो भोग कसा दिला गं फुटक्या नशिबाचा...?”

आंबीची करुण कथा ऐकून काकूचं काळीज पूर्णपणे फाटून गेलं. तिलासुद्धा हुंदक्यावर हुंदके येऊ लागले. पुतणी आणि लेक यामध्ये काही फरक नव्हता. तिच्या आयुष्याचं वाळवण पाहून तिला सारखं दाटून येऊ लागलं.

घरात यायच्या आधीच बाप्पाजी आणि गणूआप्पा दोघंजण रानात वैरणीचा भारा आणायला गेले होते म्हणून बरं, नाहीतर आंबीला आपली फुटकी कहाणी काकूला ऐकवायलासुद्धा मिळाली नसती. आता हे बाप्पाजींना कसं सांगायचं म्हणून आंबीनं काकूला विचारताच काकू म्हणाली, “आता कसल्या तोंडानं सांगणार ग वैरिणे हे तुझ्या बाला तू? रातीचं जेवताना तुझा बा मला म्हणत होता - राधे, पोराचा पोरगा बघायचं माज्या नशिबात नसलं तरी पोरगीचा पोरगा मातुर मी घिऊन साऱ्या दुनियेतनं नाचवीन!”

काकूचे हे बोल ऐकताना आपल्या पोटात कोणीतरी सुरी खुपसत असल्याचा भास आंबीला झाला. ती परत हमसून हमसून रडू लागली. एवढ्यात काकूची लहान पोरं जागी झाली आणि “आक्का आली...” म्हणून आंबीकडं धावू लागली. त्यांना काकूनं गप्प बसवलं. तोवर एक-दोन शेजारणीही येऊन गेल्या. आंबीला अशी अचानक घरी आल्याचं पाहून त्यांना आश्चर्य वाटलं; पण बाप्पाजींची प्रकृती अलीकडं ठीक नसल्यानं त्यांना पाहायला आंबी काल संध्याकाळीच आल्याचं काकूनं सांगितलं आणि कशीतरी वेळ निभावून नेली.

काकूनं स्वयंपाकसुद्धा केला नाही. तिचं चित्त कशातही लागत नव्हतं. न्याहारीची वेळ जवळ आली आणि गणूआप्पा व बाप्पाजी भारे घेऊन आले. ते येताच “आक्का आलीय” असं सांगत काकूची पोरं त्यांच्याकडं धावली. ते ऐकून बाप्पाजींना आश्चर्याचा धक्का बसला. ते चटकन् चुलीपाशी आले आणि त्यांनी आश्चर्यानं विचारलं, “आंबे,

कशी काय अचानक आलीस ग बाई?''

''सहज -'' आंबी काहीतरी पुटपुटायचं म्हणून पुटपुटली.

बाप्पाजी आंबीच्या शेजारी बसले आणि त्यांनी तिच्या पाठीवरून हात फिरवायला सुरुवात करताच तिला दाटून आलं. ती ओक्साबोक्सी रडू लागली. बाप्पाजींनी तिला जवळ घेतली आणि शंकित मनानं विचारलं, ''आंबे, काय झालं सांग! तुज्यासाठी काय वाटंल ते करायला मी तयार हाय, काय झालं नुसतं सांग!''

आंबीच्या जिवाला गुंता पडला. सांगावं की सांगू नये हेच काही तिला कळेना. तुमचा जावई पुरुष नाही हे कसं सांगायचं? ते ऐकून त्यांना धक्का बसल्याशिवाय राहणार नाही. म्हणूनच वेळ मारून नेण्यासाठी आंबी म्हणाली, ''काय न्हाय, इनाकारण त्येनी मला रातचीच मारून घराबाहेर पावसात काढली आणि सांगितलं तू मला नगं म्हणून माज्या आयनं सांगितलं तरी तुज्या बापानं तुला माज्या गळ्यात घोरपडीगत का बांधली, असं म्हणून मला मारहाण करून पावसात बाहेर काढली.''

''असं म्हणतुया त्यो?'' मिशीवर पालथी मूठ फिरवीत बाप्पाजी म्हणाले, ''तुज्या बाला तरी आसली रत्नागत सून मिळंल का? तुज्या बाच्या बाला माजी लेक नांदवायला लागंल म्हणावं!''

बाप्पाजींनी आंबीची समजूत घातली; परंतु तिचं दु:ख तिलाच माहीत. तिचं रडू मात्र आवरलं नव्हतं. त्यानंतर तिला गणूआप्पानंसुद्धा समजावण्याचा प्रयत्न केला. बाप्पाजींनी तिला आजच्या दिवस ठेवून घेऊन दुसऱ्या दिवशी चिंचोड्याला नेऊन घालविण्याचा आणि श्रीरंगची समजूत घालण्याचा निर्णय घेतला. त्यानंतर उशिरानं जेवण करून बाप्पाजी आणि गणूआप्पा रानात गेले.

दिवसभर राधाकाकू आणि आंबी गप्प गप्प होत्या. बाप्पाजींना खरी गोष्ट काय आहे ते कसं सांगायचं याचा विचार करीत होत्या. आंबी तर पार खचून गेली होती. एखादं दोन-चार वर्षं रोगानं पिचलेलं माणूस वावरावं तशी ती वावरत होती. आपल्या बुडत्या भवितव्याचा राहून राहून विचार करीत होती.

संध्याकाळी रानातून बाप्पाजी आणि गणूआप्पा आले. रात्री जेवताना बाप्पाजींनी काकूला सांगितलं, ''हे बघ राधे, सकाळी लवकर उठून

तयारीला लाग. उद्या मी आंबीला घालवायला जाणार हाय. चार पोळ्या कर लवकर. पावणा जरी रीतीभातीनं वागला न्हाई तरी आपणास वागलं पायजी; कारण आपली लेक तिथं नांदायची हाय!''

बाप्पाजी लवकर जेवून काही कामानिमित्त गावात कुठंतरी निघून गेले. मग मात्र राधाकाकू पुढं सरकली आणि तिनं आंबीची कर्मकथा गणूआप्पाला ऐकवली. ते सारं ऐकून गणूआप्पा भांबावून गेला. त्याला जेवायचं सुधरेनाच. त्यानं निम्म्या ताटावरून उठून हात धुतला आणि तो खुळ्यासारखा बाजूला बसला. थोड्या वेळानं बाप्पाजी बाहेरून आले; पण गणूआप्पाला ती गोष्ट त्यांना सांगायचं धाडस झालं नाही.

बाप्पाजींनी आंबीच्या अंथरुणाशेजारीच बाजूला आपलं अंथरूण टाकलं आणि ते आंबीला सांगू लागले, ''आंबे, बाई, मनाला कायबी लावून घीऊ नगस, बायकांचा जलम अग्निपरीक्षा दियासाठीच असतू! उमतीचं वय म्हणून श्रीरंगाच्या हातून घडली असंल चूक; पण आपला बायकांचा जलम म्हटल्यावर थोडा जुलूम सोसाय नगं का? अगं, एवढी मोठी सीतामाई पर रामानं तिच्यावर संशेव घ्याला कमी केलं का? म्हणून सीतामाय हरली का? रानावनात, उना-पावसात तिनं लव-कुश वाढीवलंच का न्हाय?''

बाप्पाजी नेहमीप्रमाणे पुराणातल्या गोष्टी आंबीला ऐकवत होते; पण आंबीला हुंदके आवरत नव्हते म्हणून तिनं पदराचा बोळा तोंडात कोंबला होता आणि ती बाप्पाजींचं बोलणं ऐकत होती. बाप्पाजींनी जेव्हा लव-कुशाचं नाव काढलं तेव्हा मात्र तिला भडभडून आलं. तिला आता लव-कुश स्वप्नातसुद्धा दिसणार नव्हते!

# ८

दारावर मोठमोठ्यानं थाप पडल्याचं ऐकताच बाप्पाजी अचानक जागे झाले. त्यांनी तोंडावरची वाकळ बाजूला करून पाहिलं तर बाहेरचा उजेड खिडकीतून आत येत होता. त्यांनी लगबगीनं उठून दार उघडलं. पाहतात तर दारात चिंचोड्याचा बाबू तराळ उभा होता. त्याला एवढ्या सकाळी आलेला पाहताच बाप्पाजींना काळजी वाटू लागली. त्यांनी आत सोप्याला त्याला पाट बसावयास दिला; पण बाबू मात्र कावराबावराच दिसत होता. त्यानं प्रथम आपणहून विचारलं, ‘‘आंबाक्का आल्यात नव्हं का?’’

‘‘आलीया, तू का आलास?’’

‘‘बरं झालं बाबा.’’ बाबू सुस्कारा टाकून बोलला, ‘‘काल तुमच्या भणीनं आंबाक्का निघून गेल्याचं बघून साऱ्या चिंचोड्यात दंगा घातला. आंबाक्कानं जीवबीव दिला असंल म्हणून आडं, हिरी, तळी सारं सोदून बघितलं; पण कुठं दूम लागला न्हाय, तवा त्येनी आज पाटंचंच मला आंबाक्का इकडं आलीया का ते बघायला धाडलं!’’

‘‘हिराक्कानं काय सांगावा धाडलाय का?’’ बाप्पाजींनी बाबूला विचारलं.

‘‘काय न्हाय बा.’’ बाबू बोलला.

त्या दोघांचं संभाषण ऐकताच घरातली सारी माणसं जागी झाली आणि ऐकू लागली. आंबीसुद्धा त्या गोष्टी कानात जीव आणून ऐकू लागली. बाप्पाजींनी त्यानंतर बाबूला विचारलं, ‘‘मग आंबीला घरातनं का बाहीर काढली?’’

‘‘कोण म्हणतं?’’ बाबूनेच प्रतिप्रश्न केला.

‘‘तर!’’

“थोडीशी नवरा-बायकुची बाचाबाची झाली म्हणून आंबाक्काच रातच्या निघून आल्या अशी तुमची भण सांगत हुती. शेजारचीपण माणसं तशीच म्हणत हुती!”

बाप्पाजी एकाएकी तोंडाला कुलूप घातल्यागत गप्प बसले. त्यानंतर काकूनं बाबूला चहा करून दिला आणि बाबू निघून गेला. बाबू निघून जाताच बाप्पाजी उठले आणि त्यांनी आंबीच्या दंडाला धरली आणि हिसडा मारून तिला पुढं ओढली नि तिला खडसावून विचारलं, “काय गं, तुला असं नुसत्या बाचाबाचीवरनं रात्चं निघून याचं काय कारण हुतं? तू कुठल्या घराण्यातली हाईस हेचा इचार केलतास का? तुला घराण्याची जरा तरी अब्रू हाय का न्हाई? सांग, का निघून आलीस?”

बाप्पाजी आंबीला हिसड्यावर हिसडे मारून तिला दरडावून विचारू लागले; पण तिला काहीही बोलता येत नव्हतं. ती नुसती हुंदक्यावर हुंदके देऊन ओक्साबोक्सी रडत होती; मात्र बाप्पाजींचा राग जास्तच वाढत चालला होता. ते ओरडून म्हणाले, “घराण्याची अब्रू पार पेटवून दिलीस. चल, आताच्या आता तुला तुज्या नवऱ्याकडं नेतु, तिथं नांद न्हाईतर मर! पण आम्हाला असा बट्टा लावू नगं!”

इतक्यात राधाकाकू धिटाईनं पुढं झाली आणि म्हणाली, “कुठं पोरीचा गळा कापायला नेताय? मी तिला नेऊ दियाची न्हाई. त्या तुमच्या जावयाला एखादा हिजडा बघून त्येच्याबर नांदायला सांगा जावा. जग पोरींची लग्नं करत्यात म्हणून तुमी पोरगी हिजड्याला दिलीसा!”

“काय म्हणतीयास काय?” बाप्पाजी ओरडले.

“खोटं म्हणतुया काय? त्याला पोरगी देण्यापरास हिरीत न्हाई का ढकलायची? त्यो काय गडी हाय का? मग त्येच्यापाशी पोरीनं जलम कसा काढायचा? बायकाची जात झाली म्हणून तिनं काय नुसतं दागदागिनं घालून नाचायचं का? तिला काय मन हाय का न्हाई?” त्वेषाने राधाकाकूनं बाप्पाजींना विचारलं.

“मला हे खरं वाटत न्हाई.” बाप्पाजी थोडे खचूनच बोलले.

“मग हे खरं नसतं तर आज तुमची भण पोरीच्या पाठीमागनं बोंबलत आली असती की! मग का आली न्हाई?”

“ती म्हणती, तुज्या बानं माजं ऐकलं न्हाई,” हुंदके देत आंबी

सांगू लागली, ''ती म्हणती यासाठीच हे लगीन करायचं न्हाई म्हणून मी तुज्या बापाच्या पाया पडून सांगितलं! आता माजा काय दोष, असं ती म्हणतीया!''

बाप्पाजींना एक एक गोष्ट ऐकून उभा वारा भरायची पाळी आली. ते कंबरेतलं अवसान गळल्यागत मटकन खाली बसले. त्यांच्या घशाला कोरड पडली. त्यांना काही बोलायचंच सुचत नव्हतं. ते सर्वांच्याकडे नुसते आ वासून पाहतच राहिले.

आंबीच्या डोळ्याचं तर पाणी तुटलं नव्हतं. बाप्पाजी पुरते चक्रावून गेले होते. राधाकाकू हुंदके देत बाप्पाजींना म्हणाली, ''का म्हणून पोरीच्या जल्माचं वाटुळं केलं. त्यापेक्षा हिरीत ढकलायची न्हाई का? बिचारीचा जीव तरी सुटला असता. आता जलमभर पोरगी कशी ऱ्हायची? त्या गरीब गायीनं आता कुठं जायचं?'' राधाकाकूचा एकेक शब्द बाप्पाजींच्या काळजाला भोके पाडीत होता. त्यांना दरदरून घाम फुटला होता. आपण काय केलं आणि काय झालं हेच काही त्यांना कळत नव्हतं.

मघापासून गणूआप्पा गप्पच होते. त्यांचा स्वभावच अबोल होता. फारच प्रसंग पडला तर त्यांच्या तोंडातून शब्द बाहेर पडायचा. बाप्पाजीसमोर तर ते कधी शब्दही उच्चारत नसत; पण त्यांनाही आता राहवलं नाही. ते भारावलेल्या गळ्यानं म्हणाले, ''माज्या लेकीच्या जल्माची राखरांगोळी झाली. पोरीचं नशीबच खोटं. माज्या लेकीचं रूप बघून दुनिया खुळी झाली हुती. बड्या बड्या राजासारख्याची स्थळं लेकीला आली होती; पण ते सगळं नाकारून माज्या पोरीचा गळा तू बकऱ्याची मुंडी कापावीस तसा का गा कापलास, दादा?''

मघापासून बाप्पाजी एवढं झालं तरी स्वत:ला धीर देण्याचा प्रयत्न करीत होते; पण गणूआप्पाच्या बोलण्याबरोबर बाप्पाजींनी आसवांना घातलेला बांध फुटला. गुडघ्यात मान घालून ते ढसाढसा रडू लागले. त्यांना असं रडताना उभ्या आयुष्यात गणूआप्पानं कधी पाहिलं नव्हतं. बराच वेळ ते रड रड रडले. त्यानंतर काहीतरी निश्चय करून ते उठून उभे राहिले आणि आप्पाजींना म्हणाले, ''चल रं आप्पा, झाल्या गोष्टीला इलाज नसला तरी खरं काय आणि खोटं काय बघून येऊ.''

बाप्पाजींनी लगबगीनं मुंडासं डोक्याला गुंडाळलं आणि ते घरातून

बाहेर पडले. त्यांच्यामागोमाग गणूआप्पासुद्धा घरातून बाहेर पडले. सुतकी चेहऱ्यानं दोघे भाऊ भाऊ उभ्या पावसातून चिंचोड्याला निघाले. चिंचोड्यापर्यंत गेले तरी दोघं एकमेकांशी बोलले नव्हते. आता बोलायला तरी काय राहिलं होतं?

दोघं भाऊ भाऊ बहिणीच्या घरात गेले. दोघांना पाहताच सोप्याला बसलेला श्रीरंग खाली मान घालून बाहेर पडला. दोघा भावांना पाहताच हिराक्काने त्यांना बसायला पाट दिले आणि ती मोठमोठ्यानं रडायला लागली. दोघाजणांनी काय ओळखायचं ते ओळखलं. ते खाली मान घालून बसले होते. त्यांनी मान वर काढलीच नाही. मध्येच बाप्पाजी म्हणाले, "आक्का, निदान हे मला तरी सांगायचं हुतंस अगोदर?"

"कसं सांगू रं बाबा," हिराक्का रडतच म्हणाली, "तुजा पोरगा असा असता तर माजा पोरगा असा हाय हे सांगायची तुला तरी ताकद झाली असती का रं?"

दोघं भाऊ उठले आणि वाटेला लागले. हिराक्का थांबासुद्धा म्हटली नाही. म्हणणार तरी कोणत्या तोंडानं? दोघं मुकाट्यानं रस्ता कापू लागले. बाप्पाजींचे पाय तर फारच जड झाले होते. ते कसेतरी नेट धरून चालत होते; पण त्यांना वाट सरता सरत नव्हती. पायात पाय अडखळत होते. तेव्हा ते थांबून आप्पाला म्हणाले, "गणू, माझ्याच्यानं नेटाची चाल जमत न्हाई. तू पुढं जा बाबा, न्हाईतर ढोरं उपाशी मरतील."

आप्पा झपाट्यानं पुढे झाले. बाप्पाजी एकेक पाऊल टाकत चालले. त्यांच्याने वाट चालवत नव्हती. तरी ते जिवाच्या जोरावर रस्ता कापीत होते. वाट संपता संपत नव्हती. बघता बघता दिवस बुडाला. अंधार पडू लागला. बाप्पाजी शिवेवर आले तेव्हा पूर्णत: अंधार पडला होता. दिवसा तिथून दिसणारा गाव दिसायचा बंद झाला होता. बाप्पाजी आपले अंधारात ठेचकाळत चाललेच होते.

# ९

आठ दिवस साऱ्या घराचं रंगरूप बदलून गेलं होतं. घराला घरपण ते कसलं राहिलंच नव्हतं. चवळीच्या कवळ्या लच्च शेंगेसारखी असणारी आंबी आठ दिवसांच्या आत वाळक्या तुरीच्या शेंगेसारखी झाली होती. तिची अन्नपाण्यावरची वासनाच उडाली होती. बाप्पाजी तर मुके झाले होते. त्यामुळे त्यांनी कुणाशीही बोलणं ठेवलं नव्हतं. नाहीतर याआधी ते किती घडाघडा बोलायचे. आंबी डोळ्यांसमोर दिसली की त्यांना कंठ फुटायचा. ते तिला कितीतरी गोष्टी सांगायचे; पण आता गोष्टीच काय, त्यांनी आंबीकडं पाहायचंसुद्धा सोडलं होतं. ते आपल्याच तंद्रीत कसलासा विचार करीत बसायचे. मध्यान उलटून गेली तरी त्यांना झोप लागायची नाही. ते एकटक समोर फक्त पाहतच राहायचे.

आप्पा आणि काकू यांचा जीव तर सारखा आंबीभोवती घुटमळत राहायचा. तिचं दु:ख त्यांना पाहवत नव्हतं. ते तिला सारखे काही हवं नको पाहत होते. तिच्या जिवात त्यांचा जीव पूर्णपणे गुंतला होता.

आंबीची ही बातमी या कानाची त्या कानाला लागता लागता निम्म्या गावात झाली. मग गावातली माणसं बाप्पाजींना हळू आवाजात विचारू लागली, "बाप्पा, आयकलं ते खरं हाय का?"

बाप्पाजींना नाही म्हणता येत नव्हतं. पुढं पुढं तर बाप्पाजींनी गावातून फिरायचंच बंद केलं. ते एका जागी बसून रात्र रात्र, दिवस दिवस विचार करू लागले.

रात्री तर बाप्पाजींच्या हातून वेगळाच प्रकार झाला. बाप्पाजी रात्री दारू पिऊन लोड होऊन आले आणि मोठमोठ्यानं बरळू लागले. या आधी बाप्पाजी दारू पीत नव्हते अशातला भाग नाही; पण ते इतके

दारू कधीच प्यायले नव्हते. ते दारू पिऊन तर्र होऊन रात्री जेव्हा घरी आले तेव्हा ते मोठमोठ्यानं रडू लागले आणि छाती पिटून म्हणू लागले, "माज्या लेकीचं मी वाटुळं केलं! मी पाप केलं..."

त्यानंतर त्यांनी आंबीला जवळ बोलावून घेतली आणि तिच्या पाठीवरून हात फिरवीत ते बोलू लागले, "आंबे, बाय, म्या तुज्या जल्माचं वाटुळं केलं... ह्यो अपराध पोटात घाल! पण आंबे, जल्मात तुला मी कधी अंतर देणार न्हाई... तुला मी कधीच अंतर देणार न्हाई गं..." कितीतरी वेळ बाप्पाजी बरळत होते आणि सारं घर रडत होतं. न जेवता बाप्पाजी तसेच आपल्या जागी रात्री धरणीला पडले होते.

आज सकाळी उठल्यापासून शुष्क चेहऱ्यानी आणि मनानंही आंबी कामाला लागली होती. ती काकूच्या हाताखाली काय पाहिजे काय नको पाहत होती. खचल्या मनानं ती घरकाम करत होती. आता तिला तिचं आयुष्य असं काही राहिलं नव्हतं. आपल्या नशिबापुढं तिला काही करता येत नव्हतं. सकाळी बाप्पाजी वैरणीचा भारा आणायला न जाता गावात बाहेर कुठेतरी गेले होते. ते तासाभरानं अचानक बाहेरून आले आणि काकूला म्हणाले, "राधे, आटप बिगिद्यानं, चार भाकरी घाल. आज आंबीला तिच्या सासरला घालवून येतू!" बाप्पाजींच्या बोलण्याबरोबर आंबी चक्रावली. ती बाप्पाजीकडं पाहतच राहिली. आठ दिवसांपासून बाप्पाजी तिच्याबरोबर चकार शब्दसुद्धा बोलले नव्हते. त्यातच आज त्यांनी तर जखमेवर मीठ चोळल्यासारखं केलं.

सोप्याला बाप्पाजी कसनुसे होऊन बसले होते. आंबीला एकदम गलबलून आलं. तिच्यानं काही राहवलं नाही. ती पुढच्या सोप्याला झट्दिशी आली आणि बाप्पाजींच्या पुढ्यात मटकन् बसून, गळा काढून म्हणाली, "दादा, आता मी काय करू हो? आता नांदून तरी माजा काय उपयोग? मी कुणासाठी आणि का नांदायचं? उभा जलम आता कसा काढायचा?"

आंबीच्या बोलाबरोबर बाप्पाजींचे डोळे पाणावले. ते म्हणाले, "बये, आता परमीसरी गोष्टीला काय इलाज हाय? पण ते काय झालं तरी तुला आता त्या घरातच जाऊन जलम काढला पायजी! नवरा कसला असला तरी तुला तिथंच ऱ्हायलं पायजी! ज्या दिवशी तुज्यावर अक्षता पडल्या त्या दिशीच तू आमाला मेलीस आणि आमी तुला मेलू.

ह्या गोष्टीला नाइलाज हाय. श्रीरंगच्या नावानं तू कुक्कू लावलंस तर तेच्याच नावानं मराया पायजी. लेकी, हे आपल्याच धर्मात हाय, त्येला तू आणि मी तरी काय करणार?''

आंबी मुसमुसून रडतच होती. बाप्पाजी बोलतच होते. काकू ते सारं बोलणं कान देऊन ऐकत होत्या. बाप्पाजी पुढं म्हणाले, ''लेकी, तुज्या आजाची भन, माजी सखूआत्तीपण तुज्यागतच फुटक्या नशिबाची हुती. लगीन होऊन ती पहिल्यांदा माह्यारला आली तवा तिकडं तिचा दाल्ला आंब्याच्या झाडावरनं पडून मेला. माजी आत्ती पयल्यांदाच रांडमुंड हून नांदायला गेली! उभा जलम तिनं तसा काढला. तुज्या कपाळावर निदान कुक्कू तरी हाय, पर तिचं नशीब तर मुलखाचं फुटकं होतं! जा लेकी, आता नाइलाज हाय. तुला आयुष्यभर सांभाळण्याची माजी ताकद न्हाय का? पण गाव काय म्हणील, आणि जग तरी काय म्हणील? ज्येचं माणूस तेच्या घरातच मरायला पायजी! जा, तुझं सामानाचं गटुळं बांध आणि निघायची तयारी कर!''

राधाकाकूला मुलखाचा राग आला होता; पण तिलाही काय बोलता येत नव्हतं. ती मुकाट्यानं भाकरी बडवायला लागली. एवढ्यात वैरणीचा भारा दारात टाकून गणूआप्पा आत आले. त्यांनी सोप्याला चिंताग्रस्त बसलेले बाप्पाजी पाहिले आणि ते घरात आत आले. आंबी रडत रडत पिशवीत पातळं भरीत होती. आप्पांना ते सारंच काही वेगळं वाटलं. त्यांनी बायकोला विचारलं, ''काय ग? काय चाललंया हे?''

''बाप लेकीला सासरला घालवायला चाललाय!'' खाली मान घालून काकू बोलली.

गणूआप्पा गप्प राहिले. काय होतंय ते फक्त न्याहाळायला लागले. काकूने चार भाकरी बांधल्या आणि त्याच्यावर चार अंड्याच्या पोळ्या बांधल्या. आंबीनं आपली पिशवी आधीच भरली होती. बाप्पाजींनी छत्री घेतली आणि ते बाहेर जाण्याच्या तयारीत उभे राहिले. आंबी घरातल्या देवाच्या पाया पडली. त्यानंतर ती काकूच्या पाया पडायला गेली तोच काकूनं तिला कडकडून मिठी मारली आणि ती ओथंबलेल्या शब्दांत म्हणाली, ''असं कुठलं फुटकं नशीब घेऊन जल्माला आली हुतीस गं माजे बाई...''

त्यानंतर आंबी आप्पांच्या पाया पडली. गालावरून ओघळणारे

तिचे अश्रू आप्पांनी पुसले. बाप्पाजी बाहेर जायला निघाले. आंबीही त्यांच्या पाठोपाठ होती. तोच धिम्या आवाजात आप्पा गरजले, ''दादा, आंबीला आता कोणत्या डबऱ्यात ढकलायला निघालास?''

आप्पांच्या शब्दांबरोबर बाप्पाजी माघारी वळले आणि आप्पांना समजावणीच्या सुरात म्हणाले,''आप्पा, आरं, दुसऱ्याचं माणूस आपुण किती दिवस ठिवून घ्याचं? तिचं नशीबच फुटकं त्येला तू-आमी काय करणार?''

''हे बघ दादा, तुला तिला अन्नाचा घास वाढायचा नसंल तर मी तिला सांभाळायला तयार हाई; पण तिला जाऊन देणार न्हाई!''

निर्धारानं आप्पा म्हणाले.

''अरं पण असं म्हणून कसं भागंल?''

''आधीच तिच्या जल्माची राखरांगुळी झाली ती झाली; पण आता तिला जर तू त्या घरात न्हिऊन घालीवलीस तर माज्या गाईला तिथली माणसं घाण्याला जुंपायला कमी करायची न्हाईत. त्यापेक्षा ती इथं जलामली तर इथंच मरंल!'' आप्पा आसू आवरीत बोलले.

''अरं पण, गाव काय म्हणील? शिवाय अशी उमतीची पोर घरात ठेवली तर गावाचं डोळं चांगलं हाईत का?'' बाप्पाजींनी विचारलं.

''मग काय तिथल्या लोकांस्नी डोळं न्हाईत का? दादा, लक्षात ठेव, इथं तुज्या सावलीखाली ती निवांत तरी ऱ्हाईल; पण तिथं तिच्या जल्माचं वाळवाण व्हईल!''

''पण ते काय असलं तरी मी तिला, तिच्या घरात न्हिऊन घालविणार, मग दिल्या घरात ती जगू दे न्हाई तर मरू दे!'' बाप्पाजी निर्धारानं म्हणाले.

''मग दादा, माजं ऐक -'' आप्पाजी कडाडले, ''जर तू तिला न्हिऊन घालीवलीस तर तुज्या घरातलं मी पाणीसुदीक पिणार न्हाई. जगात कुठंपण जाईन!''

आप्पांच्या त्या निर्धारानं बाप्पाजींची पावलं जागच्या जागी अडखळली. त्यांनी क्षणाचाही विचार न करता पिशवी आणि छत्री घरात फेकून दिली आणि ते बाहेर पडता पडता आप्पाला म्हणाले, ''बघ हां, तुला सांगून ठेवतुया, जर इथं पोरीचं काय बरंवाईट झालं तर त्येला तू जबाबदार हाईस!'' असं म्हणून बाप्पाजी बाहेर पडलेसुद्धा.

राधाकाकूनं आंबीच्या हातातली पिशवी हिसकावून घेतली आणि ती आत घरात गेली. आप्पाजींनी आंबीच्या पाठीवरून हात फिरवीत तिला आत घरात नेली.

## १०

आषाढाचा महिना होता. पाऊस धो धो पडतच होता. नदीच्या पुराखाली सारं शिवार झाकून गेलं होतं. सगळीकडे गढूळ राड-पाणी पसरलं होतं. आता त्या पाण्याला काडीची चव राहिली नव्हती. कसं-तरी घोटण्याशिवाय इलाज नव्हता.

आता बाप्पाजींच्या घराला घरपण राहिलं नव्हतं. सारी माणसं गुपचूप आपल्याच नादात असायची. कोणी कुणाशी कामाशिवाय काही बोलायचं नाही. बाप्पाजींचं तोंड तर पुरतं शिवल्यासारखंच झालं होतं. आजपर्यंत घरात बाप्पाजींच्या बोलाशिवाय कधी पानही हलले नव्हते. तसा बाप्पाजींचा घरात आणि गावातही दरारा होता. आप्पाजींनी तर बाप्पाजींविरुद्ध कधी ब्रही काढला नव्हता; कारण बाप्पाजी जे काही करत होते ते सारे आप्पांसाठीच. बाप्पाजींना मुलगा नव्हता. फक्त आंबीच त्यांच्या पोटी जन्माला आली होती. आंबीची आई मरण पावल्यावर बाप्पाजींनी दुसऱ्या लग्नाविषयी कुणाला आवाजही काढू दिला नाही. त्यानंतर सर्व घराचे धनी पर्यायाने आप्पाच होते; कारण सारी जमीन आणि संपत्ती आप्पांच्या मुलांकडे जाणार होती. बाप्पाजींच्या मनात अजिबात दुजाभाव नव्हता. भावाची मुले ती आपलीच या नात्याने ते जमिनीत काबाडकष्ट करीत होते, राबत होते. त्यामुळे आप्पांना त्यांच्यासमोर काही बोलताच यावयाचे नाही. शिवाय आप्पांचा स्वभाव जात्याच कमालीचा मुका होता. ते कुणाशी कधी विशेष बोलतच नसत; पण त्या दिवशी जेव्हा बाप्पाजी आंबीला त्याच घरात घालवण्यास निघाले तेव्हा मात्र आप्पांना राहवलं नाही. त्यांच्या मुकेपणाला वाचा फुटली; कारण आंबीच्या आयुष्याचं वाळवण त्यांना पाहवत नव्हतं. म्हणूनच त्यांनी बाप्पाजींचा रोष पत्करला व आंबीचा भार

स्वत:वर घेतला.

बाप्पाजींना हे सारं सहन होत नव्हतं. त्यांच्या मते ज्या दिवशी आंबीला त्या घरात दिली त्याच दिवशी ती मेली! नवरा कसला जरी असला तरी तो कुंकवाचा धनी आहे, त्याच्यापाशीच जन्म काढला पाहिजे. आपल्या धर्माच्या आणि रूढीच्या विरुद्ध जाण्यासारखं पाप जगात कुठलं नाही... म्हणूनच ते आंबीला परत चिंचोड्याला घालवायला निघाले होते. तेव्हाच आप्पा आडवे आले व आंबीला इथून घालवली तर आपण एक मिनिटसुद्धा राहणार नाही, असा आपला ठाम निर्णय त्यांनी दर्शवला. तेव्हा बाप्पाजी पेचात पडले. त्यांना यापुढे काहीही करता येत नव्हते. ते फक्त चरफडतच राहिले. त्यांची अन्नपाण्यावरची वासनासुद्धा उडत चालली होती. ते नेहमी विचारांच्या वावटळीत स्वत:ला कोंडून घ्यायचे आणि तास न् तास विचार करीत राहायचे. हळूहळू त्यांची तब्येत ढासळू लागली होती.

अप्पांनी आंबीची कड घेतल्यावर राधाकाकूला फार आनंद झाला होता. दुसऱ्याच्या घाण्याला जुंपण्यापेक्षा आंबीनं घरात बसून खाल्लं तरी काही हरकत नाही असं तिला वाटत होतं. त्यामुळं आंबीच्या साऱ्या गोष्टी ती लक्ष देऊन पाहत होती. फोफावून वाढलेल्या रोपट्याला अजिबात पाणी न मिळाल्याने ते शुष्क होत जावे, अगदी तशी अवस्था तिची झाली होती; पण तरीसुद्धा तिने आपल्या मनाशी विचार केला... आता आपण आयुष्यभर फक्त बसून खायचं का? त्यामुळेच ती कामाला लागली. घरातली झाडलोट, भांडीकुंडी सारं काही ती पाहू लागली. काकूला कामाला अजिबात हात न लावू देता ती कामे करू लागली.

दिवसामागून दिवस लोटत होते. काळ कुणासाठी न थांबता आपल्या पावलानं पुढं जातच होता. आषाढ संपला. कोसळणारा पाऊस नष्ट होऊन ऊन-पावसाचा खेळ सुरू झाला. श्रावण महिना सुरू झाल्यानं गावात भक्तिभावाचं वातावरण पसरलं. उपवासांना जोर चढला. आंबीसुद्धा श्रावणी सोमवार नेहमी करायची. अगदी लहानपणापासून श्रावणी सोमवाराचं तिचं व्रत चालूच होतं. पहिला श्रावणी सोमवार उजाडला. तिनं गरम पाण्यानं अंघोळ करून घेतली. ती उपवासासाठी राजगिऱ्याच्या लाह्या तव्यावर भाजू लागली. तोच

तिला आपल्या लहानपणीची आठवण झाली...

आंबी तेव्हा पाच-सहा वर्षांची होती. घरातली सर्व माणसे उपवास करतात म्हणून तिनेही उपवास केला होता. राधाकाकू महादेवाच्या पाया पडावयास देवळात गेली होती. राधाकाकू आणि सर्व बायका देवाच्या पाया पडताना काहीतरी ओठातल्या ओठात पुटपुटताहेत हे पाहून आंबीला शंका आली. तिने राधाकाकूला सर्वांच्या देखत शंका विचारली. तेव्हा तात्या गुरव म्हणाला,"पोरी, देवाला म्हण, मला चांगला नवरा मिळू दे..."

तात्या गुरवाने तसे सांगताच आंबीने देवाला हात जोडले आणि ती बोबड्या बोलात बोलली, "देवा, मला च्यांगला नवला मिलू दे!" त्यानंतर साऱ्या बायका खळखळून हसताच ती लाजली. त्यानंतर बरेच दिवस गल्लीतल्या बायका त्या गोष्टीसाठी तिला चिडवीत होत्या.

आंबीच्या डोळ्यांना आसवांची धार लागली. तव्यात करपणाऱ्या लाह्या बाहेर काढण्यासाठी ती वाकली तोच तिच्या आसवांचे काही थेंब तापल्या तव्यावर पडताच चर्रऽऽ करून आवाज झाला. तिने पदराने आसू पुसले.

श्रावण महिना सुरू झाल्यानं ठिकठिकाणी पोथीवाचन सुरू झालं होतं. कुणाच्या घरी रामायण, तर कुणाच्या घरी महाभारत तर कुठंतरी ज्ञानेश्वरीवाचन चालू होतं. आंबीच्या घराशेजारी सखूआबाच्या घरी रामायणवाचन सुरू होतं. लहानपणापासून आंबीला साऱ्या पुराणकथा ऐकायची आवड होती; कारण बाप्पाजींनी तिला कितीतरी पुराणकथा ऐकविल्या होत्या, तरीसुद्धा तिच्या मनात जायचं नव्हतं; पण तिचा जीव राहिला नाही. ती पोथी ऐकायला सखूआबाच्या घरी रोज रात्री काकूबरोबर जाऊ लागली.

रामायणवाचन सुरूच होतं. आंबी तिथे रोज जाते ते पाहून त्या गल्लीतील कधी न येणारी पोरं पोथी ऐकावयाच्या निमित्तानं येऊ लागली; पण त्यांचं लक्ष कधी पोथीकडे नसायचं. ते भुकेल्या नजरेनं आंबीकडे पाहत बसायचे. आंबी मात्र कान देऊन रामायण ऐकत बसायची. एके दिवशी राम, सीतेवर चारित्र्याचा संशय घेतो आणि तिला वनवासाला पाठवितो हा अध्याय सुरू झाला होता. डोळ्याचं पाणी पुशीत आंबी ते ऐकत होती. अध्याय संपल्या संपल्या आंबी

तडक आली आणि अंथरुणात ठणकत्या डोक्यानं पडली. तिला काही केल्या लवकर झोपच लागली नाही. बऱ्याच उशिराने तिचे डोळे मिटू लागले... बाप्पाजींनी आंबीच्या अंगावरची वाकळ खसकन ओढली. त्याबरोबर ती ताडकन् उठून बसली. बाप्पाजी तिच्या पुढ्यातच उभे होते. ते ओरडले, ''काय गं... आता रामायण ऐकून आलीस नव्हं का?''

''व्हय.'' बाप्पाजींचा तो रुद्रावतार पाहून आंबीने उत्तर दिले.

''रामायणातली सीता, रामानं तिच्यावर संशेव घेतला; पण वनवासात जाऊन तिनं कष्ट सोसलं का न्हाय?'' बाप्पाजी ओरडले.

''व्हय... व्हय...'' आंबी बोलली.

''काय व्हय? मग तू इथं का ऱ्हायलीयास? चल, ऊठ, तुला तुज्या घरला घालीवतू!'' असं म्हणून बाप्पाजींनी तिचा हात खसकन ओढला.

आंबीने चटकन् बाप्पाजींचे पाय धरले आणि ती धाय मोकलून रडू लागली. बाप्पाजींना कळवळून विचारू लागली,''दादा, सीता म्हणजी मी न्हाई! ती देवमाणसं हुती. मी काय देव हाय का? चला, तिच्यागत सारं भोगतु. दाखवा मला आग. कुठली आग मला उदरात घेतीया ते दाखवा. मी जायाला तयार हाय. दादा, तुम्हाला खरंच सांगते हो, मी देव न्हाई, मी माणूस हाय. सीतामायला लव-कुश तरी झालं; पण मला कवा हुणार सांगा की? दादा, तुम्ही असे गप्प का? सांगाऽऽ सांगाऽऽ सांगाऽऽ'' आंबी झोपेच्याच तंद्रीत अंथरुणावर उठून ओरडत होती. तोवर काकू आली आणि आंबीला गदागदा हलवून विचारू लागली, ''आंबे, अगं, काय झालं काय तुला? आंबे...''

''काय ते? काय... काय?'' आंबी पूर्ण जागी होऊन उलट काकूलाच विचारायला लागली.

''तुला सपानबिपान पडलंतं का?'' काकूनं आंबीला काकुळतीने विचारलं.

''न्हाई,'' कपाळावरचा घाम पुसत आंबी बोलली.

''मग गप्प झोप तर!'' असं म्हणून काकूने दिवा मालवला.

भयभीत आंबीने अंगावरच्या वाकळेच्या मुटकुळीला मिठी मारली आणि ती तशीच निपचित पडली.

# ११

न्याहारीची वेळ झाली होती. आंबी भाकरीला बसली होती. दोन भाकरीच तिनं कशाबशा टाकल्या होत्या. अजून काटवट भरून पीठ तसंच होतं. पिठाचा गोळा ती जोर लावून मळीत होती. चुलीतली लाकडे ढणाणा पेट घेत होती. त्यामुळे चुलीवरचा तवा तापून लालेलाल झाला होता. त्यावरची भाकरी चरकत होती. तिला अजून बऱ्याच भाकरी थापटून तव्यावर भाजून घ्यायच्या होत्या. त्याशिवाय इलाज नव्हता.

इतक्यात पुढच्या सोप्याची घाण काढावयास काकू साळूता घेऊन निघाली. तोच समोरून रामूकाका आणि आनूमावशी आल्याचे पाहून ती जागच्या जागी थांबली. तिनं लगोलग आंबीला हाक मारली, ''आंबे, अगं पळ, कोण आलंया ते बघ ये बिगिद्यान् !''

आंबीने कसेबसे पिठाचे हात कासांडीतल्या पाण्यात धुतले आणि ती धावतच पुढच्या सोप्याला आली. समोर पाहते तर रामूकाका आणि आनूमावशी! आंबी विजेच्या वेगाने पुढं धावली आणि तिनं आनूमावशीला कडकडून मिठी मारली. मावशीनंसुद्धा तिला मिठीत घेतली आणि ती आंबीच्या गालाचे पटापटा मुके घेऊ लागली. तोच आंबीच्या डोळ्यांना पाण्याची धार लागली. तिच्या केसांतून हात फिरवत मावशी बोलली, ''गप्प माजे बाई, एवढं रडायला काय झालं?''

''रडू नगं तर काय करू?'' आंबी बोलून गेली.

''रडू नगं बाई, तुझं आमी सगळं व्यवस्थित बघतू.'' मावशी बोलली.

त्यानंतर आंबी रामूकाकांच्या पाया पडायला लागली. तेव्हा ते आशीर्वाद देत म्हणाले, ''गुणी पोरी, तुला पयला पोरगाच हू दे!''

काकांचे ते उद्‌गार ऐकताच आपला तोल जातोय की काय असं वाटू लागलं आंबीला. तोच काकांनी तिला सावरली. तिचे डोळे पुशीत काका म्हणाले, “रडू नगं बाई, तुजं सगळं समजलं म्हणून तर आमी आलू!”

“तुमाला समजलं? आणि ते कसं हो?” काकूने आश्चर्यचकित होऊन विचारलं.

“असल्या गोष्टी कळायच्या ऱ्हात्यात व्हय?” काका बोलले.

“दुसरं काई ऱ्हाई; पण माज्या लेकीच्या जल्माचं वाटुळं मात्र जालं!...” काकू भारावलेल्या गळ्यानं बोलली.

“आं? ह्यात कसलं वाटुळं?” काका बोलले, “त्यो ऱ्हाई त्येचा बा नांदवील माज्या लेकीला. मला काल कळलं की पावना पोरीला नांदवीना, पोर हितच हाय म्हणून! तवा म्हटलं, यावं जाऊन, काय झालंय ते बघून. दुसरं काय नसलं तरी तेच्या बाला माज्या पोरीला नांदवायला लावीन!”

काकाच्या त्या बोलण्यावर आंबी आणि काकू दोघीपण गप्प बसल्या. त्यांनी काकाचे बोल मुकाट्याने ऐकून घेतले. आंबीने पाण्याची बादली आणून बाहेर ठेवली. चिखलाने भरलेले पाय काकाने-मावशीने धुऊन घेतले. त्यानंतर हे दोघेजण लांबून चालून दमल्यामुळे काकूने त्यांना लागलीच जेवायला वाढले. मक्याची गरमागरम भाकरी आणि पडवळाची झणझणीत आमटी मावशी आणि काका खाऊ लागले. इतक्यात वैरणीचा भारा घेऊन आप्पा आले. त्यांनाही लागलीच जेवायला वाढले. आंबी आणि काकू वाढण्याचं काम करीत होत्या.

भाकरीच्या तुकड्याबरोबर आमटीचा भुरका मारीत काका आप्पांना बोलले, “पावणं, काही म्हणा, माज्या लेकीला तुमी चांगला जागा बघितला ऱ्हाई. अवं, माजी लेक म्हणजी नुसता चंद्राचा तुकडा हुता. केवढं मोठं मोठं जागं आल्यालं टाकून ह्या आडग्याला लेक दिली!”

“तुमी गप्प बसा-” मावशी काकांना डोळ्यानं दाबीत म्हणाली, “नवरा-बायकूचं भांडण हूईत ऱ्हाई का? तुमी माज्याशी काय कमी भांडलायसा? आज ऱ्हाई उद्या आंबीचा नवरा झक्कत तिला ऱ्यायला ईल.”

मावशीच्या बोलाबरोबर काका थोडा वेळ गप्प बसले. त्यानंतर

त्यांनी आप्पांना विचारलं, "काय वो, तुमच्या भणीला जाऊन तुमी इचारलं का न्हाई?"

"इचारलं की," घास अडखळला म्हणून पाण्याचा घोट घेत आप्पा बोलले, "भणीचं तसं काय न्हाई; पण श्रीरंगच नांदवायचं न्हाई म्हणतुया!"

"कसा नांदवीत न्हाई तेच मला बघायचं हाय." काका तावातावाने बोलले, "आता जेवल्यावर माज्या घरला जाण्याऐवजी मी आंबीला घिऊन चिंचोड्यालाच जातु आणि त्यो तिला कसा नांदवीत न्हाई तेच बघतो!"

काका आणि मावशी बोलतच होते. आप्पा, आंबी, काकू तोंडाला कुलूप असल्यागत गप्प होते. मावशी थोडीशी हरकल्या चेहऱ्याने बोलली, "आक्काच्या पोटाला जवा आंबी आली तवा द्रुपदाक्काच्या शेजारीच मी हुते. आंबीचा मुखडा बघून आक्का मला बोलली हुती, 'आने, माज्या पोरीचा मुखडा बघून साऱ्या भागाला खूळ लागंल. तिला मागणी घालायला राजंप्रधानसुदीक आमच्या घरला येतील; पण पोरीला मोठी झाल्याली बघाय माजी आक्का ऱ्हायलीच न्हाई. तेच्या आधीच निघून गेली!" असं म्हणून मावशीने डोळे पुसले. आंबीलासुद्धा गहिवरून आलं.

साऱ्यांची जेवणं झाली तरी बाप्पाजी अजून आले नव्हते. काहीतरी कामानिमित्त ते गावात कुठेतरी गेले होते. 'जेवण झाल्यावर आत्ताच मी आंबीला नेऊन तिच्या सासरला घालवणार' असं काका बोलायला लागले. तोवर काकू आली आणि मावशीच्या व काकांच्या पुढ्यात बसून बोलली, "आता तुमी काई पुढचं बोलू नगा. माज्या पोरीचं नशीब धड न्हाई."

"म्हणजी?" काका आणि मावशी

"अवं, नांदिवली नसती तरी आज ना उद्या तेनं नेली असती; पण पोरीला तरी तिकडं घालवून काय करता?" काकू बोलली, "अवं, त्यो श्रीरंगा गडीच न्हाई, मग तेच्यात नांदूनच नुसतं काय करायचं?"

काकूच्या त्या बोलाबरोबर काका आणि मावशी अवाक् झाले. त्यांना काय बोलावं हेच सुचेना. आंबीने हुंदके द्यायला सुरुवात केली. मावशीने तिला पोटाबरोबर घेतली आणि त्या दोघी रडू लागल्या.

काका तर पुरते बावचळून गेले. बाप्पाजी कधी येताहेत याची ते वाट पाहू लागले.

थोड्याच वेळात बाप्पाजी कुठूनतरी बाहेरून आले. काकांना आणि मावशीला बघून ते थोडे दचकले. काका त्यांना पाहून काही न बोलता गप्प बसले. बाप्पाजींनीच विचारलं,''पावणं, कधी आला?''

''आत्ताच.''

बाप्पाजी त्यांच्यासमोर गपगुमान बसून राहिले. बाप्पाजी काहीच बोलेनात हे पाहून काकांनीच मुद्द्याला हात घातला, ''पावणं, हे पोरीचं जे केलंसा ते बरं दिसतं का?''

''नशिबापुढं कुणाला जाता येतंय?'' शुष्क आवाजात बाप्पा बोलले.

''हे तुमाला आधी ठावं हुतं का?''

''ठावं असतं तर तुमी कशाला आज असं विचारलं असतं?''

''पण भणीनंसुदीक सांगितलं न्हाई?''

''भणीनं पुरं काय सांगितलं न्हाई; पण हे लगीन काय झालं तरी करू नगा असं ती सांगत हुती. आमाला पुढं काय वाढून ठेवलंया ते कसं माहीत असणार?''

''तरी सुदीक तुमी पोरीचा गळा कापला म्हणा!'' काका चिडून बोलले. बाप्पाजी काही न बोलता तसेच गुपचूप बसले. त्यानंतर कुणीच काही बोलेनासं झालं. रागामुळे काकांचे डोळे तांबारले होते. तर बाप्पाजी मान मोडल्यागत गप्प बसून राहिले होते. थोड्या वेळानी काकांनी बाप्पाजींना विचारलं, ''आता इथून पुढे काय करणार?''

''काय करायचं आता?'' बाप्पाजी बोलले, ''पोरगी ऱ्हाईल आता तशीच घरात. तिला का आमी बाहीर टाकतुया?''

''पावणं, असं तिड्यात बोलू नगा...'' काका खवळून बोलले, ''पोरीला अजून हुभा जलम काढायचा हाई. ती काय दगूड न्हाई तशीच ऱ्हायाला. तिलाबी काय तरी भावना हाईत, मन हाय, ह्येचा विचार केलाय का तुमी?''

''इचार करून तरी काय करायचं?'' बाप्पाजी बोलले, ''आता धर्माच्या पुढं आपणाला काय करता येतंय का? तसं काय असतं तर बघितलं असतं काय बी!''

काकांना काय बोलावे हेच काही सुचेना, ते चरफडू लागले. पोरीच्या जन्माचं वाटोळं केलं म्हणून ते बाप्पांजींना शब्दांच्या डागण्या देऊ लागले. बाप्पाजींना काहीच बोलता येत नव्हतं... ते तसेच गप्प होते.

बराच वेळ कुणी काही बोलले नाही. त्यानंतर हळू आवाजात काका बोलले, "पावणं, एक इचारू?"

"इचारा की."

"पोरीला दुसरा एखादा नवरा मी बघतू आणि पुन्ना लगीन..."

"काय?" बाप्पाजी एकदम खवळले.

आप्पा, मावशी, आंबी आणि काकू सर्वजण चक्रावून काकांकडे आणि बाप्पाजींकडे पाहू लागले. बाप्पाजींचा चेहरा रागाने लालेलाल झाला होता. ते उठून काकांकडे हातवारे करीत उसळून बोलले, "पावणं, हे तुमच्या तोंडातनं कसं आलं? तुमाला लाज कशी वाटली न्हाई? आंबी म्हणजी परड्यातली भाजी वाटली काय तुमाला? अवं, ती घरंदाजाची पोरगी हाय. तशी ऱ्हायली तर गोष्ट बरी, न्हाईतर मी माज्या हातानं माजी लेक भरल्याल्या आडात ढकलून दिईन; पण पुन्ना तिचं लगीन करणार न्हाय. मेलो तरी चालंल; पण जात बदलणार न्हाय!"

बाप्पाजींनी एकदम रुद्रावतार धारण केला होता. काका थोडा वेळ गप्प बसले आणि नंतर आवाज चढवून म्हणाले, "पावणं, तुमचा धरम ठेवा जरा बाजूला. पोरीला अजून हुभा जलम काढायचा हाय. तिला काय भावना, मन हाय का न्हाय? शिवाय आता पयलं दिस कुठं ऱ्हायल्यात? आता माणसं पटापटा लगीन करून मोकळी हुत्यात. पयल्या बायका सती जायाच्या, पर आता कोण जातंय का?"

"ते काय असलं तरी माज्या पोरगीचं दुसरं लगीन सप्नात सुदीक हुयाचं न्हाई. ती येऱ्यागबाळ्याची नसून चांगली घरंदाज हाई हे ध्यानात ठेवा!" बाप्पाजींनी खडसावलं.

बाप्पाजींनी काकांचे तोंड पूर्णपणे मुके केले. काका मनातून धुसफुसत गप्प राहिले. थोड्या वेळानं मावशी बाप्पाजींना म्हणाली, "हे बघा, आता हे बोलल्यात ते काय वंगाळ मानून घिऊ नगा. त्यांना पोरीविषयी कणव आली म्हणून ते बोलल्यात!"

मावशीनं सर्व गोष्टीवर पांघरूण घातलं. त्यानंतर बाप्पाजीही थोडे शांत झाले. मावशीनं भाकरीचं फडकं मोकळं केलं. त्यानंतर बाप्पाजींच्या आग्रहाखातर काका आणि मावशी थांबून तासाभरानं घरातून बाहेर पडली. त्यांना गावंदरीपर्यंत पोचवायला आंबी चिखलातून बाहेर पडली.

वाटेत दुकानाला गेलेले आप्पा काकांना भेटले. ते आसू पुशीत काकांना म्हणाले, ‘‘पावणं, तुमचंच बराबर हाई. माज्यासुदीक मनात पोरीचं दुसरं लगीन करायचा इचार हाय; पण बाप्पापुढं कुणाचं काय चालत न्हाय! मी जरी नुसता त्येना हे बोललू तरी ते माज्या डोक्यात लोखंडी पार घालायला कमी करणार न्हाईत!’’

थोडा वेळ बोलून आप्पा निघून गेले. चिखलातून आंबी, काका आणि मावशी चालले होते. त्यांच्या अंगावर झिरमिरीत थेंब पडतच होते. एकाएकी सर जोरात आल्यावर तिघेजण गावंदरीच्या आंब्याखाली थांबले. आंब्याच्या पानापानांतून टपोरे थेंब पडत होते. मावशीने आंबीला उराबरोबर कवटाळली आणि ती रडत म्हणाली, ‘‘लेकी, असलं फुटकं नशीब कशाला घिऊन आलीस?’’

‘‘तुज्यासाठी काय तरी केलं असतं ग; पण तुज्या बापुढं काय चालंना झालंया; पण पोरी तुला सांगून ठेवतु. मध्यान रातीला यिऊन माज्या दारावर थाप मार, कसला परसंग असला तरी काळजी करू नको!’’ अश्रू पटक्याच्या शेवाने पुशीत काका बोलले.

काका आणि मावशी लांबवर जाईपर्यंत हात उंचावत होते. त्यांचा निरोप घेऊन चिखलातून निसरणारे पाय सावरीत आंबी माघारी परतली.

# १२

काका आणि मावशी येऊन गेल्यावर आंबीला चार दिवस अजिबात गमलं नाही. सारं रितं रितं वाटू लागलं. ती घरात भुतासारखी वावरत होती. बाप्पांनी तर तिच्याकडं बघायचंसुद्धा सोडून दिलं होतं. आंबीला हे मात्र सहन होत नव्हतं. लहानपणापासून ती बाप्पांच्या अंगाखांद्यावर वाढली होती. बाप्पांनी तिला खांद्यावरून गावाच्या जत्रेपासून ते पंढरीच्या यात्रेपर्यंत फिरवलं होतं. प्रत्येक जत्रेत तिनं कांड्या आणि बत्ताशे हूं म्हणून खाल्ले होते. तरी ती उफाड्याची झाली तरी बाप्पाजींच्या अंगाखांद्यावरून वावरली होती. आता मात्र बाप्पाजींना सोडून एकाकी राहणं काही केल्या तिला जमत नव्हतं.

बाप्पाजी शून्यात पाहत तास न् तास एकाकी बसायचे. त्यांच्या मानी मनाला काही केल्या हे सहन होईनासं झालं होतं. अन्नपाण्यावर त्यांची पहिल्यासारखी ओढ राहिली नव्हती. चावडीवर रोज संध्याकाळी दोन-तीन तास दिसणारे बाप्पाजी आठवडा आठवडा तिकडे फिरकत नव्हते. बाप्पाजींची ही हालत पाहून निम्मा गाव चुकचुकत होता.

पण, उघड्यावर पडलेल्या आंबीला मात्र काकूनं आणि आप्पानं लळा लावला होता, तळहाताच्या फोडागत ते दोघं तिला जपत होते. आंबीला कशाचीही कमी भासू देत नव्हते. आंबीलासुद्धा आता सारं काही समजून चुकलं होतं. तिला उभा जन्म हा असाच रेटावा लागणार होता. आता ती काही माहेराला आलेली चार दिवसांची पाहुणी नव्हती. तिला सारा जन्म त्याच घरात काढायचा होता. म्हणून तिनं कामाला सुरवात केली. ती काकूला काही काम करू देईनाशी झाली. झाडलोट, जेवणखाण, गाई-म्हशींच्या धारा काढणं सारी कामं ती करू लागली. काकू "नको नको" म्हणता ती सारं करीत होती. दिवसभर अंग मोडून

काम करण्यापलीकडं आता तिला काहीच माहीत होत नव्हतं. रोजचा तिचा हा असाच दिनक्रम चालला होता.

ती शेजारपाजारच्या तिच्या वयाच्या पोरींकडे पाहत होती. तिच्या मागच्या वर्गात असणारी तिच्या शेजारची शांता... तिचं लग्न गेल्याच वर्षी झालं होतं. ती बाळंतपणाला घरी आली होती. एके दिवशी शांता बाळंत झाली. त्या वेळी तिच्या शेजारीच ती होती. तिला झालेला गोरापान मुलगा आंबीनं उचलून घेतला आणि ती त्याचे पटापट मुके घेऊ लागली. तिच्या पोराकडं उसासे भरत पाहू लागली. दुसऱ्याच दिवशी खूप शिकला सवरलेला शांताचा नवरा घाईनं पोरगा बघायला आला. तिच्या त्या रुबाबदार नवऱ्याकडं आंबी बघतच राहिली. रोज रात्री अधेमधे उठून शांताचा पोरगा रडायचा, तेव्हा आंबी जागी व्हायची आणि उसासे मारीतच अंथरुणावर तळमळत पडायची.

गौरीचा सण तोंडावर आला. नव्या माघारणी माहेरी आल्या. मैत्रिणीला मैत्रिणी भेटू लागल्या. आंबीच्या आयुष्याचं झालेलं वाळवण ऐकून त्या हळहळू लागल्या. लवकरच गल्लीगल्लीत गौरीच्या झिम्मा-फुगड्यांना ऊत येऊ लागला. माघारणी रोज कोंबडा बांग देईपर्यंत गाणी गाऊन गाव जागवू लागल्या. आंबी रात्ररात्र जागून अंथरुणावर तळमळू लागली. तिचा हात फुगडीसाठी आणि झिम्म्यासाठी धरील अशी एकही पोर गावात नव्हती; पण तिला आता जाता येत नव्हतं. ते बरंही दिसणार नव्हतं. पोरी खेळून खेळून दमल्यावर थोडा विसावा घ्यायच्या. कोणीतरी आंबीची आठवण काढायचं. दम घेतल्यानंतर पुन्हा पोरी खेळायला सुरवात करायच्या.

लहानपणापासून तशी आंबी खेळकर होती. शाळेत असताना सहलीला गेल्यावर तिने सारा दिवस कोकरागत उड्या मारण्यात घालवला होता. तेव्हा चिंचेच्या एका उंचच्या उंच झाडावर ती सरसर चढली होती आणि तिने मास्तरांसह साऱ्या पोरांना आश्चर्यचकित करून टाकलं होतं. शेंड्याच्या चिंचा काढून तिने साऱ्यांना पुरवल्या होत्या; पण आता तिच्यातला तो खेळकरपणा कुठल्याकुठं पळून गेला होता.

एके दिवशी गौरी वाजतगाजत आल्या. दरवर्षी साऱ्यांच्या पुढे धावणारी आणि नाचणारी आंबी त्या दिवशी मात्र घरात बसून स्फुंदून स्फुंदून रडत होती. गौरी आल्या तशा एके दिवशी गेल्या. गौरी

घालवताना पोरी गाऊ लागल्या–

“...आता गौरी कवा येशील?
आता गौरी कवा येशील?
यीन पुढल्या भादव्यात!
ये रं भादव्या लवकरी,
आमाला जाऊ दे माह्यारी!”

आता आंबीचं माहेर-सासर असं काहीच राहिलं नव्हतं. तिला सारा जन्म इथंच चरफडत काढावा लागणार होता.

गौरीचा महिना संपला. पंधरा दिवस नाचून दमलेल्या पोरी मुराळ्याबरोबर सासरी निघून गेल्या. आंबी होती तिथंच राहिली. शेजारच्या शांताचा नवरा एके दिवशी तिला न्यायला आला. शांताच्या वडिलांनी जावयाला बाळंतविड्याचा पेहराव केला होता. नवरा-बायकोच्या अंगावर दागिने घातले होते. शांताच्या वडिलांनी नवी कॉट, गादी, पाळणा आणला होता. तो एका गाडीत चढवला गेला. शांता नव्याकोऱ्या पातळात उठून दिसत होती. गल्लीतल्या बायांनी तिची ओटी भरली. मग काचेरी भिंगाच्या घोणच्यात मुखडा लपवलेल्या आपल्या पोरग्याला घेऊन ती सजवलेल्या गाडीत बसली. गाड्या चालू झाल्या. त्या साऱ्या दृश्याकडं बावरलेल्या नजरेनं पाहत आंबी कितीतरी वेळ दारात उभी होती.

लवकरच नवरात्र आले. देव बसले. नवरात्राचा उपवास सुरू झाला. धुपारतीसाठी साऱ्या बायका देवळात जमू लागल्या; पण आता सणासुदीकडंच काय पण कशाकडंच आंबीचं लक्ष नव्हतं. दिवस उगवायच्या आधीपासून ते रात्री अकरापर्यंत ती कामातच दंग असायची. स्वत:ला विसरायचा प्रयत्न करायची. दसराही पार पडला.

बाप्पाजींचा गावात तसा पहिल्यापासूनच चांगला वचक होता. गावच्या चावडीवर अजूनही ते अनेक तंटेबखेडे सोडवित असत. एके दिवशी झांजड पडताना सांजगावची काही माणसं त्यांच्याकडं आली. चौगल्याच्या आनशीला सांजगावात दिली होती; पण ती नवरा टाकून गावातल्या तरण्या पोरांना वेड लावत वर्षभर माहेरातच होती. तिच्या मनात नांदायचं नव्हतं; पण सांजगावची आपल्या भावकीतली माणसं घेऊन तिचा नवरा नामा आला होता. बाप्पाजींनी अनेकांचे असले खटले सोडवले होते. त्यामुळेच नामा येऊन बाप्पाजींच्या घरी ठाण

मांडून बसला होता.

सांजगावच्या सर्व गड्यांना जेवायला घालून रात्री तंटा मिटवण्यासाठी त्यांना घेऊन बाप्पाजी चौगल्याच्या वाड्यात गेले. पाटील आल्याबरोबर आनशीच्या बापानं पाटलांना बसावयास घोंगडं टाकलं. नंतर बाप्पाजींनी आनशीच्या आईला बाहेर बोलावून घेतलं. त्यांच्या बाजूला सांजगावची सर्व माणसं बसली होती. आनशीनं नांदायला जाण्यासाठी तिच्या आई-बाची तशी काहीच अढी नव्हती; पण आनशी वस्ताद होती. तिला नांदण्यापेक्षा गावातून चकरा मारण्यात जास्त गंमत वाटत होती. पाटलांनी अगोदर तिच्या आई-वडिलांची समजूत काढली. त्यानंतर त्यांनी आनशीला बाहेर बोलावून घेतली. नंतर बाप्पाजी तिला समजावणीच्या सुरात म्हणाले–

"हे बघ अनसूया, तुजी पोरीची जात. अगं, पोरीनं माह्यारात जास्त दिस राहून चालंल का? नवऱ्याच्या घरातच पोरीनं जलम घालविला पायजी. नवऱ्याच्या घरातच तिनं नांदलं पायजी... मेलं पायजी!"

"तुमी नका शिकवू बरमज्ञान." आनशी फणकाऱ्यानं बोलली.

"म्हणजे?" बाप्पाजी बावरले.

आनशीनं बाप्पाजींना उलट शब्द केल्याचं पाहून सर्वजण बावरून गेले. बाप्पाजींना प्रत्युत्तर देणारी आनशीच पहिली होती. बाप्पाजींनापण रागाचा झटका आला. ते म्हणाले,

"तुला काय म्हणायचं हाय?"

"आता पष्टच सांगते." आनशी बेधडक बोलली, "पोरीनं दिलेल्या घरातच नांदाय पायजी म्हणून इकडं सांगताय आनि तिकडं तुमची पोरगी सा म्हैनं झालं, कशाला अंडी घालायला ठेवलीया की लोणच्याला?"

आनशीच्या त्या शब्दांचा घाव बाप्पाजींच्या वर्मी बसला. ते झटक्यानं उठले आणि पायताण जोरानं वाजवीत घरला तडातडा निघून आले. त्यांच्या आयुष्यात हा पहिलाच अपमान. ते घरात आले आणि दाराला आतून अडसर घालून आपल्या दोन्ही कानसुलात तडाडा मारून घेऊ लागले. त्यांचा तो विचित्र प्रकार पाहून सारं घर त्यांच्या अंगावर तुटून पडलं. त्यांना अडवण्याचा सारेजण प्रयत्न करू लागले.

"सोडा, मला सोडाऽऽ..." बाप्पाजी ओरडले, "आरं, सोडा मला.

जगात जगायला ऱ्हायलंया काय? पोरीनं साऱ्या कुळीला बट्टा लावला. आता कायबी ऱ्हायलं नाही! कायबी ऱ्हायलं नाही! सारी शहाण्णव कुळी काशीला गेली माजी. पितरं पावन झाली. पाटील कुळी पावन केली रं लेकीनंऽऽ..''

आप्पा पुढं झाले आणि त्यांनी बाप्पाजींचे दोन्ही हात दाबून धरले. ते विचारू लागले, ''आरं दादा, असं काय झालं रं? काय ते सांग कीऽऽ..''

''काय हुतंया? घराण्याचं नाव बुडालं.''

''पण कशानं?''

''त्या आनशीला सांगाय गेलू नांदायला जा, तर ती भवानी म्हणतीया, तुमच्या लेकीला कशाला घरात पिकवणीला ठेवलीया का? आरं, एका बाजारबसवीनं बोलायची ही हिंमत केली! का–का? तर आमचीच घरात ही रड हाय नवं? कुळीचं गेलं नाव... पार नाव गेलं रंऽऽ!''

आप्पानं आणि राधाकाकूनं कशीतरी बाप्पाजींची समजूत घातली. बाप्पाजी शांत झाले; पण नंतर त्यांनी निर्णायक स्वरात सांगितलं, ''उद्याच्या उद्या आंबीला न्हिऊन चिंचोड्याला घालवा. न्हाईतर मी घरात पाणीसुदीक पिणार न्हाई!'' आंबीला घालवायचं आप्पानं कबूल केलं. नंतर आप्पा कष्टी मनानं उठून झोपायला गेले.

आंबीला आपलं दैव फिरलं की काय हेच कळेनासं झालं. तिचं डोकं भिंगरीवाणी गरारा फिरायला लागलं. रात्री ती अंथरुणावर पडली; पण काही केल्या तिला झोप लागत नव्हती. आपले बाप्पाजी हे पहिलेच बाप्पाजी का आणखी कोण आहेत, हेच काही केल्या तिला कळेना. तिला आठवलं, लहानपणी एकदा दादू पाटलाच्या रकमीनं लंगडी खेळताना आंबीच्या नुसत्या झिपऱ्या ओढल्या होत्या, तेव्हा बाप्पाजी भाल्याची काठी घेऊन दादू पाटलांशी मारामारी करायला गेले होते. आणि आज? आंबीला एकाएकी उमाळून आलं. ती हुंदक्यावर हुंदके देऊ लागली. तिचा आवाज ऐकून राधाकाकू उठली आणि तिनं तिला आपल्या पुढ्यात निजवून घेतली. तिच्या अंगावरून मायेनं हात फिरवीत काकू बोलली, ''अगं कुठल्या जल्माचं पाप म्हणून असला वंगाळ जलम घेऊन आलीस गं माजे बये?''

# १३

श्रीरंग नांगर घेऊन रानात कुळवायला गेला होता. हिराक्का पुढच्या सोप्याला उनाची तांदूळ निवडीत बसली होती. तांदळातला एकेक खडा वेचून बाहेर टाकत होती; पण खडं काही संपत नव्हतं. इतक्यात तिचं लक्ष समोर गेलं आणि ती एकदम चपापून उठली. तिचा डोळ्यांवर विश्वासच बसेना. समोरून आप्पा आंबीला घेऊन येत होता. आप्पाच्या खांद्यावर शिदोरीची दुरडी होती.

हिराक्का बावचळल्यागत उभीच राहिली. खाली मान घालून आप्पा उंबऱ्याच्या आत आला. त्याच्या मागून आंबी आली. तिचं जोडवं दणकन उंबऱ्याला ठेचकाळलं. ती एकदम आत आली. ती लग्नातला हिरवा शालू नेसली होती; मात्र तिच्या तोंडावर प्रेतकळा पसरली होती. दोघं आत आल्यावर हिराक्काला काय बोलावं आणि काय नाही हेच सुधरेना. काही वेळ ती खुळ्यासारखी तशीच उभी राहिली. नंतर ती चटकन आत गेली आणि गुळाचा खडा आणि पाण्याचा तांब्या घेऊन बाहेर आली. तिनं भावाला बसायला पाट टाकला. आप्पा अवघडल्यासारखे पाटावर बसले. त्यांनी कसनुसं तोंड करून गुळाचा खडा तोंडाला लावून पाणी घोटलं. आंबी बाजूला दुमचटून बसली. हिराक्का न बोलता आत गेली आणि पाच मिनिटानं चहा घेऊन बाहेर आली. चहाचा कप रिकामा करून आप्पा उठत म्हणाले,

"आक्का, चलतू आता."

"का रं बाबा?" आक्कानं विचारलं.

"तर थांबून काय करू?"

यावर हिराक्का काहीच बोलली नाही. थोड्या वेळानं आप्पानं तोंड

उघडलं.

"आक्का, जे हुयाचं हुतं ते झालं. आता पोरीला नीट सांभाळ म्हणजी झालं." आक्का त्याच्याकडं फक्त पाहतच राहिली.

"अगं, ज्या उंबऱ्यात पोरगी दियाची त्या घरातच ती मेली पायजी असा आपला धर्म हाय नव्हं? त्यो आता पाळायला नगं का?"

हिराक्काला भरून आलं. डोळं पुशीत ती म्हणाली, "बाबा, चुकलं माझं. मीच चांडाळणीनं ही चूक केली रं ऽ..."

"पण त्येची दुरुस्ती पुन्ना हाय का?"

"काय काळजी करू नगं बाबा, सांभाळीन मी तिला." आक्कानं निर्वाळा दिला.

थोड्या वेळानं आप्पा निघाले. आंबी त्यांच्या गळ्यात गळा घालून रडली. आप्पांनी तिला पोटावर धरली. आप्पा निघून गेले. आणलेली शिदोरी सुखाची नव्हती; पण रिवाजाप्रमाणं जशी ती दिली होती तशीच रिवाजाप्रमाणं वाटायलापण हवी होती. तिन्हीसांजची हिराक्कानी आयाबाया जमवून शिदोरी वाटून टाकली. शेजारच्या आयाबायांनी एवढा उशीर का केलास म्हणून आंबीला विचारलं. आंबीनं काहीतरी उत्तर देऊन टाकलं.

संध्याकाळी श्रीरंग घरी आला. आंबीला पाहून त्याचं डोळं लाल झालं. गेंड्यागत तो तिच्याकडं पाहू लागला; पण आंबीनं त्याच्याकड पाहिलंसुद्धा नाही. बघूनदेखून आता उपयोग तरी काय होता?

दुसऱ्या दिवसापासून खाल मानेनं आंबीनं कामाला सुरुवात केली. गोठ्यातलं शेण काढणं, पाणीकांजी, स्वयंपाक, रानमाळ सारं काही ती न बोलता करू लागली. चार-पाच पोरं झालेल्या पोक्त बाईसारखी ती वागू लागली. पडेल ते काम करू लागली. कुठं ना बघणं, ना देखणं. आपली नेहमी कामाशीच गाठ. रोजचा तिचा कार्यक्रम ठरलेलाच होता. असं काम करताकरताच एके दिवशी नदीवर जायचं होतं.

नवी नवरा-बायको म्हटल्यावर गावकऱ्यांना फार मजा वाटायची. त्यात आंबी तर माहेराला जास्त दिवस राहून आली होती. त्यामुळं आंबी आणि श्रीरंगविषयी गावकऱ्यांना फार आकर्षण होतं; कारण आजपर्यंत आंब्याच्या सावलीला रानात उन्हाची गुलूगुलू गोष्टी करणारी, एकमेकांच्या ईर्ष्येने रानात कामं करणारी आणि मध्येच एकमेकांकडे

चोरट्या नजरेनं पाहून लाजणारी अशी नाना तऱ्हेची जोडपी गावानं पाहिली होती; पण दिवस न् दिवस सरू लागला तशी गावकऱ्यांची निराशा होऊ लागली; कारण आंबी आणि श्रीरंग कोण कुणाकडं ढुंकूनसुद्धा पाहत नव्हतं.

आंबी आपल्या कामातच दंग असायची. श्रीरंग मात्र पहिल्यापासून तिच्यावर दांत-ओठ खात होता; पण त्याच्या तोंडाला लागण्याचा आंबीला प्रश्नच नव्हता. ती ढोरासारखी राबत होती. तिच्या सुंदर कांतीकडं पाहून श्रीरंग मात्र विनाकारणच चरफडत होता.

आंबीचा रोजचा गुरागत राबण्याचा क्रम चालूच होता. बघता बघता वर्ष कसं गेलं ते कळलंही नाही. आंबी वर्षात एकदासुद्धा गावाला गेली नव्हती. जाऊन तरी काय करायचं होतं? दोनदा राधाकाकू मात्र तिला गोडधोड काहीतरी करून घेऊन आली होती; पण त्यामध्ये आंबीला काही चव वाटली नाही.

हिराक्का आंबीला काम न लावण्याचा प्रयत्न करीत होती; मात्र आंबी तिचं न ऐकता नेटाचा संसार करीत होती. चंदनागत आंबीचं झिजणारं जीवन पाहून हिराक्काला राहून राहून वाईट वाटत होतं. तिच्यापण जिवाला ही टोचणी सारखी लागून राहिली होती.

श्रीरंग आंबीला पाहून चरफडत होता. ती दिसली म्हणजे तो क्रोधानं पेटत होता.

दोघांचंही हे विचित्र वागणं पाहून गावाला आश्चर्य वाटत होतं. रिकामटेकडे या पाठीमागचं गम्य शोधण्याचा प्रयत्न करीत होते; पण त्यांना कशाचाही तपास लागत नव्हता; मात्र एके दिवशी कुठून, कशी बातमी फुटली कुणास ठाऊक. श्रीरंग नपुंसक आहे ही बातमी या कानाची त्या कानाला होता होता साऱ्या गावात झाली. सारं गाव श्रीरंगच्या उंच्यापुऱ्या देहाकडं विचित्र दृष्टीनं पाहू लागलं. मग तरण्या पोरांनी श्रीरंगला टोमणे मारायला सुरुवात केली. कुणाला आंबीबद्दल कळवळा येऊ लागला.

"काय नव्हतंच तर कशाला लगीन करायचं म्हणतो मी?"

"त्या बिचारीच्या आयुष्याचं वाटुळं करायची काय जरूर होती का?"

"मी म्हणतू, आपुण तसं हाय तर उगंच मर्दपणाचं सोंग आणायसाठी

कशाला लगीन करायचं?''

अशा तऱ्हेनं अनेकजण गावभर बोलू लागले. श्रीरंगातला नसलेला पुरुष उगाचच जागा होऊ लागला. तो जास्तच चिडू लागला.

एके दिवशी तिन्हीसांजचा श्रीरंग रानातून येत होता, तेव्हा पांदीच्या तोंडाला बरेच टोळभैरव चकाट्या पिटीत बसले होते. श्रीरंग दुरून येताच त्यांनी बोलायला सुरुवात केली,

''ए लेको, गप्प बसा रं, मर्दगडी आला.''

''ह्यो मर्द हाय व्हय?''

''मग काय लेका, हिजडा हाय व्हय?''

''उगंच तेनं लगीन केलं...''

''न्याट नसताना!''

एकापेक्षा एकजण वरचढ वाक्य फेकू लागला. श्रीरंग रागानं पेटला. त्यानं चार दगडं हातात घेतली आणि तो पोरांच्या पाठीमागं लागला. त्याबरोबर पोरं पळता पळता म्हणू लागली, ''आरं ए लेका, खरंच गडी असतास तर किती रं चिडला असतास?''

त्याबरोबर श्रीरंग आणखीनच चिडला; पण एक पोरही त्याच्या हाताला लागलं नाही. तो वैतागून घरी आला.

हिराक्कानं त्याच्या पुढ्यात जेवणाचं ताट वाढलं, तर त्यानं ते लाथेनं उडवून दिलं. तो न जेवता तसाच झोपण्याचा प्रयत्न करू लागला; पण काही केल्या त्याला झोप लागेनाशी झाली. त्याचं टाळकं भणाणून गेलं होतं. तो कुठल्याशा इराद्यानं उठला आणि त्यानं पळत जाऊन चुलीची जळकी फाळ* उपसली आणि तो आंबीकडं धावला. आंबी जेवायला बसली होती. त्यानं तिच्या पाठीत जळक्या फाळीचा रपाटा मारून तिला जेवणावरच पालथी पाडली. तो तिला त्या फाळीनंच दणाणा बडवू लागला. आंबी गुरासारखी ओरडू लागली. इतक्यात हिराक्का मध्ये आडवी पडली. तिलापण श्रीरंगनं बाजूला ढकलून दिली आणि तो आंबीला झोडपू लागला. आंबी मोठमोठ्यानं ओरडू लागताच श्रीरंग ओरडून म्हणाला, ''का ग भवाने? आता का वराडतीस? मी नपुंसक हाय नव्हं का? तुजी जवानी लै पेटतीया

---

* *फाळ* : लाकूड/ नांगराचा फाळ

व्हय? तुला कुणी माज्याशी लगीन करायला सांगितलं हुतं ग? ये जा तुज्या बाला घिऊन... आमी काय तुला मागणी घालाय आलतू का काय ग भवाने?...''

हिराक्कानं बोंब ठोकली. गल्लीतली माणसं जमा झाली. त्यांनी सोडवासोडव केली. आंबीच्या पाठीची नुसती चाळण होऊन गेली होती. श्रीरंगाला माणसांनी थांबवल्याबरोबर आंबी मोठमोठ्यानं ओरडू लागली, ''आरं, मार की रंऽऽ आता का थांबलास? मार कीऽऽ..'' असं म्हणून ती आणखीन कपाळ बडवून घ्यायला लागली. तिला दोघीचौघींनी धरून ठेवली. तिची हालत बघून बायका रडू लागल्या.

कशीतरी सारवासारव झाली. हिराक्कानंसुद्धा कपाळ बडवून घेतलं. बायकांनी दोघींची समजूत घातली. श्रीरंगला घेऊन दोघं-चौघं तर बाहेरच गेले होते. रात्री हिराक्का आंबीला जवळ घेऊन झोपली. ती बराच उशीर जागी होती. आंबीचं तर सारं अंग ठणकत होतं. पाठीचा कणा मोडला की काय याचा तिला संशय येत होता. सारं अंग जळवांनी ओढून घेतल्यासारखं तिला झालं होतं. मध्यरात्र उलटून गेल्यानंतर हिराक्काचा डोळा लागला. तेवढ्यात आंबी उठली आणि दाराचा अडसर हळूच काढून ती झटक्यानं बाहेर आली.

आंबी पायाला चक्र बांधल्यागत धावू लागली. तिला कशाचंही भान राहिलं नव्हतं, तिच्या अंगात हत्तीचं बळ आल्यासारखं झालं होतं. गावंदरी टाकून ती नदीजवळ आली. नदीच्या जवळपास जाताच तिला पाण्याचा खळाळा आवाज ऐकू येऊ लागला. ती क्षण दोन क्षण थांबली आणि परत चालू लागली. एका मोठ्या निश्चयानं ती नदीच्या काठावर आली. तिनं कमरेला पदर खोचला; पण समोरच पाण्यात तिची सावली चंद्रप्रकाशात पडली होती. हलत्या सावलीकडं ती पाहू लागली. तिची पावलं जिथल्या तिथं थांबली. ती उसासे टाकू लागली. तिचा आवाज तिला भिववू लागला. बराच उशीर ती तशीच उभी होती. शेवटी तिनं निर्धारानं पाय पाठीमागं घेतला आणि शेजारच्या पुलावरून ती नदी पार करून माहेरच्या वाटेनं झपाट्यानं चालू लागली.

आता कोंबड्यानं बांग दिली होती. बायकांनी घराघरातून दळणं घातली होती. जात्यांची घरघर ऐकू येत होती. एक बाई जात्यात

मुठीनं मक्याचं दाणं टाकता टाकता गात होती–
"असं माजं माह्यार गं बाई
जशी दुधावरली साय
असा बाई गं माजा गोतावळा
जसा घट्ट लोणियाचा गोळा
दुनिया धुंडली धुंडली बाई
माह्याराची सर सर्गाला न्हाई!"

# १४

नदीकाठच्या काळ्या गवताच्या कुरणात बाप्पाजी वैरण कापीत होते. आज त्यांच्या सोबतीला आप्पा नव्हते; कारण आप्पा मळ्यात नांगरटीसाठी गेले होते. न्याहारीची वेळ जवळ येत चालली होती. बाप्पांचापण भारा पुरा होत आला होता. एवढ्यात आप्पांचा छोकरा रघू बाप्पाजीकडं आला आणि म्हणाला,

''दादा, दादा, आंबाक्का आलीया.''

''आंऽऽकवा?'' बाप्पाजींनी चमकून विचारलं.

''आलीया सकाळीच. तुमी भाऱ्याला आला आनि ती आली.''

बाप्पाजींना आंबी का आली असावी हे काही कळेनासं झालं. त्यांनी गवत कापायचं तसंच थांबवलं आणि लगबगीनं भाऱ्यासाठी ते पेंढ्या एकत्र करू लागले तेव्हा रघू पुढे म्हणाला,

''दादा, आंबाक्काला लै मारलंया.''

''कुनी रं?'' बाप्पांची शंका खरी ठरली.

''तिच्या नवऱ्यानं.'' रघू बोलला.

आता मात्र बाप्पाजींना एक मिनिटदेखील थांबणं शक्य नव्हतं. त्यांनी गडबडीनं भारा पाठीला लावला आणि पाय उचलून ते घराकडं येऊ लागले. त्यांचा जीव धुकधुकत होता. वर्षभर त्यांच्या पाठीमागं काही कटकट नव्हती; पण आता दैवानं पुढ्यात काय ताट वाढून ठेवलं हेच त्यांना काही कळेना. वर्षभर त्यांना कसली चिंता नव्हती. पोरीच्या आयुष्याचं मातेरं झालेलं पाहून त्यांना वाईट वाटत होतं; पण त्याला आता इलाज नव्हता. परमेश्वरी इच्छेपुढं काहीही चालत नव्हतं. शिवाय शहाण्णव कुळी सोडून काहीच करता येत नव्हतं. पाटलाच्या पोटाला आल्यावर पाटलागत वागलंच पाहिजे. दिल्या घरातच पोरीनं

नांदायला पाहिजे.

बाप्पाजींनी ओल्या गवताचा भारा गोठ्यात टाकला. भाऱ्याकडं म्हशी ओढ घेऊ लागल्या; पण रोज म्हशींना वैरण घालणारे बाप्पा आता मात्र वैरण विसरले. ते लागलीच घराकडं धावले. पुढच्या सोप्यातून आत माजघरात पाऊल टाकताच ते थबकले. आंबी पालथी पडली होती आणि तिच्या पाठीवर राधाक्का हळद आणि बिब्बा लावत होती. आंबीची गोरीपान पाठ काळीनिळी पडली होती. आंबी मोठमोठ्यानं कण्हत होती. ते दृश्य पाहून बाप्पाजींचा राग निवळला. काही न बोलता त्यांनी तिथून काढता पाय घेतला आणि ते परत सपरात येऊन माच्यावर चिंताग्रस्त होऊन बसले. आंबीच्या पाठीची ती झालेली चाळण पाहून त्यांचं काळीज चरकलं होतं. ते चिंताग्रस्त होऊन डोकं खाजवीत होते; पण काही केल्या त्यांना पुढचा विचारच सुचत नव्हता.

राधाकाकूनं आंबीला चमच्यानं दूध पाजलं. आंबी तशीच निपचित होऊन पडली होती. हळूहळू आंबीला जोरात ताप भरू लागला. अंग ऊनजाळ होऊ लागलं. ती बेशुद्ध होऊन अंथरुणावर पडली होती. राधाकाकूच्या तोंडचं पाणीच पळालं. तिनं गणूआप्पांना ताबडतोब सांजगावला डॉक्टर आणायला धाडलं.

राधाकाकू भिऊन आंबीजवळ बसून राहिली. केव्हा काय कमी-जास्त होईल काही सांगता येत नव्हतं. बाप्पाजी दोन वेळा येऊन लांबूनच आंबीला पाहून गेले. त्यांना खाली वाकून तिच्या अंगाला हात लावण्याचं धाडस होत नव्हतं. गणूआप्पा दोन तासांत डॉक्टरला घेऊन आले. डॉक्टरनं ताबडतोब तिला दोन-तीन इंजेक्शनं दिली.

आंबीला जाग्यावरून हलता येत नव्हतं. त्यामुळे लागोपाठ चार दिवस डॉक्टर येऊन इंजेक्शन देऊन जात होते. एके दिवशी तिला इंजेक्शन दिल्यानंतर डॉक्टर, गणूआप्पा आणि राधाकाकूला म्हणाले,

"अरे, एवढं जनावराला मारल्याप्रमाणं नवरा बायकोला मारत असेल तर तुम्ही घटस्फोट का घेत नाही?"

"ते आमच्या कुळीत न्हाय बसत डाक्टर," आप्पानं सांगितलं.

"माणूस इकडे मरतोय आणि कसली कुळीची नी जातीची कल्पना घेऊन बसलात?"

"डाक्टर, पोरगी जरी पाक मेली तरी चालती नवऱ्याच्या घरात.

तिला माह्यारला कोण दोन दिसाच्या वर ठेवून घीत न्हाई आनि घटस्फोट कसला घेताय? अवो, नुसतं दुसऱ्या लग्नाचं नाव जरी काढलं तरी बाप पोरीला गोळ्या घालील आनि स्वत:पन गोळी घालून घील!'' आप्पा बोलले.

"हे सगळं घराण्याच्या रीतीभातीचं बरं का डॉक्टर!'' राधाकाकू बोलली.

"धन्य तुमची आणि तुमच्या चालीरीतीची!'' असं म्हणून डॉक्टरनं मुकाट्यानं बॅग भरली आणि फी घेऊन तो चालता झाला.

आंबीला लवकरच बरं वाटू लागलं. ती घरातून इकडंतिकडं फिरू लागली. काकूला आपणहून मदत करू लागली. आंबी खडखडीत बरी झाली होती; पण बाप्पाजींना काही बरं वाटत नव्हतं. त्यांचा चेहरा सदासर्वदा गंभीर असायचा. आंबी त्यांना नेहमी हाका मारायचा प्रयत्न करायची; पण बाप्पाजी तिला कधीच "ओ'' द्यायचे नाहीत. आंबीला त्यामुळं मेल्यासारखं वाटत होतं. लहानपणापासून ज्यांनी पुराणंच्या पुराणं ऐकवली, ज्यांनी सीतासावित्रीच्या गोष्टी सांगितल्या, आपल्या लेकीला नुसती पाहिल्याबरोबर ज्यांना कंठ फुटायचा, जे आपल्या लेकीला हरणाच्या पाडसासारखे वर उचलून घ्यायचे, तेच बाप्पाजी आता आंबीकडं ढुंकूनही पाहत नव्हते. खाली मान घालून जेवत होते आणि सपरातल्या माच्यावर जाऊन चिंताग्रस्त होऊन पडत होते.

काही केल्या आंबीला राहवत नव्हतं. बाप्पाजींनी एकदातरी बोलावं. निदान आपल्या तोंडानं "आंबेऽ'' एवढ्यातरी शब्दाचा उच्चार करावा असं तिला वाटत होतं; पण बाप्पाजी दिवसेंदिवस एकाकी होत चालले होते. शेवटी आंबीनं मनाचा हिय्या केला आणि एकदा ती बाप्पाजी जेवायला बसलेले असताना माजघरात थांबली. बाप्पाजी बाहेर जावयास निघाले तोच ती त्यांच्या पायावर जाऊन पडली आणि तिने बाप्पाजींचे दोन्ही पाय दाबून धरले. त्याबरोबर ते ओरडले,

"सोडऽ सोड आधी पाय.''

"न्हाई सोडनार, मला ठार मारा; पण न्हाय सोडनार मी पाय. दादाऽ दादाऽ... मी काय चूक केली ते तरी सांगा वो?...'' आंबी ओरडून विचारू लागली.

बाप्पाजींनी तिच्या हातून आपला पाय सोडवून घेतला. त्यांना

आंबीच्या प्रश्नाचं काहीच उत्तर देता येत नव्हतं. आंबी मात्र फिरफिरून विचारीत होती. बाप्पाजी क्षण दोन क्षण थांबले आणि चावडीकडे निघून गेले. आंबी तशीच भ्रमिष्टासारखी एका जाग्याला बसून राहिली.

आंबीनं गुरासारखं राबायला सुरुवात केली होती. ऐदी म्हणून तरी किती दिवस जगणार होती? काम करायचं आणि पोटाला मिळवून जगायचं हाच आता तिचा नित्यधर्म झाला होता. कळीसारखी नेहमी खुललेली, गाईच्या लहान वासरासारखी सदा इकडे-तिकडे उड्या मारणारी, मैत्रिणींतून झिम्मा-फुगडी खेळत इकडे-तिकडे नाचणारी, मध्येच गालात खुदूखुदू हसणारी लहानपणीची आंबी केव्हाच मेली होती. आता फक्त जगायचं म्हणून जगणारी आंबी शिल्लक राहिली होती.

हळूहळू आंबी रानामाळातून जाऊ लागली. रानातली भांगलण करणं, कधी गुरं घेऊन रानात जाणं, येताना स्वयंपाकाला लाकडं आणणं, अशी कामे ती करू लागली.

आंबी नीट नाकासमोर जाण्याचा जिवापाड प्रयत्न करीत होती; पण तिचं दैव तिच्या पाठीमागं हात धुऊन लागलं होतं. तिचं सौंदर्य हा तिला शाप ठरला होता. आंबीच्या लग्नापूर्वी गावातल्या जवान पोरांच्या गप्पात आंबीच्या चर्चेला जसा रंग चढत होता तसाच तो आजही चढत होता. गावातली पोरं आंबी रानामाळात निघाली की तिच्या कमनीय देहाकडं पाहून खुळी होत होती. अगदी कबुतरं घुमल्यागत पोरं घुमत होती. तिचा बांधेसूद देह प्रत्येकाच्या स्वप्नात डोकावत होता.

इतके दिवस स्वतःचं दुःख विसरण्याचा प्रयत्न करणारा रंगा पैलवान अलीकडं व्याकूळ होऊ लागला होता. दिवसातून एकदोनदा आंबीचं दर्शन घेतल्याशिवाय त्याला अन्नाचा तुकडा जात नव्हता. पाण्याच्या, मळ्याच्या वाटेवर तो तास न् तास तिष्ठत उभा राहत होता. एकदा आंबीचं दर्शन झालं की त्याला क्षणभर डोळं निवल्यासारखं वाटत होतं. आंबीच्या आयुष्याचं झालेलं वाळवण* त्याला माहीत होतं. आंबीविषयी खडा न् खडा गोष्ट त्याने माहीत करून घेतली होती. आंबीचे झालेले ते हाल पाहून तो रात्री-अपरात्री उठून एकटाच

---

* *आयुष्याचं वाळवण होणं* : आयुष्य उद्ध्वस्त होणं

रडत बसत होता. त्याचं तालमीवरचं चित्त पार उडून गेलं होतं. व्यायाम नसल्यामुळे त्याचं आटीव अंग आता ढासळू लागलं होतं.

आंबीचा नित्यक्रम सुरूच होता. रंगा बरेच दिवस नवीन मार्ग शोधून काढण्याचा प्रयत्न करीत होता. अखेर त्याने एक दिवशी निश्चय केला आणि तो आंबीच्या मळ्यात गेला. मळ्यातल्या उसाची तोडणी झाली होती. बांधावरच्या उरलेल्या पावट्याच्या शेंगा तोडण्यात आंबी गर्क होती. आजूबाजूला कोणी दिसत नव्हतं. आभाळात सूर्य तळपत होता. कोणी नाही असं पाहून झटक्यानं पाय उचलीत रंगा पुढे झाला आणि आंबीच्या जवळ जाऊन त्यानं हाक मारली, ''आंबेऽ...''

त्याबरोबर आंबी एकदम दचकली. तिच्या हातातली शेंगाची पाटी जमिनीवर पडली. अनपेक्षितपणे रंगाला शेजारी पाहून तिला घाम फुटायची पाळी आली. तिनं रंगाला घाबरून विचारलं,

''कोण? रंगा? काय पायजी तुला?''

''आंबे, मला नुसती तू पायजेस.'' रंगा डोळ्यांत पाणी आणून बोलला.

''रंगा, तुला काय कळतं का न्हाय?'' आंबी बोलली, ''आरं, तू माजा भाऊबंद हाईस. तू नात्यानं माजा भाऊ लागतुयास आनि तू असं काय करतुयास?''

''तुज्या आयुष्याची राखरांगुळी झाली तरी तू अजून अशीच बोलतीयास.'' रंगा व्याकुळतेनं म्हणाला, ''आंबे, चल, तुज्यावर माजं मनापास्नं पिरेम हाय. आंबे, आपुण लांब लांब कुठेतरी जाऊ. लगीन लावू. अशा ठिकाणी जाऊ की जिथं माणसाच्या नावानं जल्माला येणारी राक्षसं नसतील... तिथं जाऊ!''

''आरं पण, माजं दादा काय म्हणतील?''

''अगं आंबे, कुठला दादा न् काय घिऊन बसलीस? ज्येनं आपल्या पोरीचं वाटुळं केलं, जो पोरीला घराण्याच्या अब्रूच्या नावावर तसाच खारकंवानी वाळून जलम काढ म्हणून सांगतुया, त्येच्याजवळ तू कशी ऱ्हातीस सांग... सांग?'' रंगा ओरडून विचारू लागला.

''ते कायबी असू दे, पर रंगा, मी न्हाय येणार.'' निश्चयानं आंबी बोलली.

''आंबे, आजपातुर मी तुज्या अंगाला हात लावला न्हाय; पण

आज तुजं हाल मला बघवत न्हाय गं... चल, आंबे, आता या नरकपुरीत ऱ्हाऊ नगं. आपुण लांब कुठंतरी जाऊया... लांबऽ लांबऽऽ...'' असं म्हणून रंगा थांबला नाही, तर तो आंबीला निश्चयानं ओढू लागला. आंबी त्याला झिडकारण्याचा प्रयत्न करू लागली; पण रंगा काही ऐकायला तयार नव्हता. तो हिसका देऊन आंबीला पुढे ओढून नेऊ लागला. त्याबरोबर आंबीनं दुसऱ्या हातानं ठोऽ ठोऽ करून बोंब ठोकली. आंबीची बोंब ऐकताच बाजूला उसाचे सपरात* झोपलेले आप्पा आणि बाप्पाजी जागे झाले आणि काठ्या घेऊन मळ्यात धावले. रंगा आंबीला धरून ओढून नेतोय हे पाहताच ते सुसाट पुढे धावले आणि त्यांनी रंगाला झोडपायला सुरुवात केली. रंगानं कोणत्याही प्रकारचा प्रतिकार केला नाही. त्याच्या डोक्यावर बदादा काठ्या पडू लागल्या. ते पाहून आंबी मोठ्यानं किंचाळली आणि तिथून गावाकडं पळत सुटली. रंगा लवकरच बांधावरून खाली ढासळला. रंगा तालीत पालथा पडला तरी त्याच्या अंगावर काठ्या पडतच होत्या.

जेव्हा रंगाचा जीव घुटमाळू लागला तेव्हाच काठ्या बंद झाल्या. रंगा रक्ताच्या थारोळ्यात कण्हत पडला.

---

* ***सपर*** : शेतातील कौलारू घर

# १५

जेवणवेळ झाली होती. सारं भालगाव अंधारात बुडून गेलं होतं. रानामाळातून दिवसभर दमून आलेली माणसं भाकरीतुकड्याच्या पाठीमागं नेहमीप्रमाणं लागली होती; पण आज गावात नवीनच प्रकार घडला होता. त्यामुळं एक माणूस दुसऱ्याच्या कानाला लागत होतं. खरं-खोटं काय ते ताडून पाहण्याचा प्रयत्न केला जात होता. आज आंबीसाठी बाप्पाजींनी आणि आप्पानं रंगा पैलवानाला बेदम मारला होता. प्रत्येकजण आपल्या कल्पनेप्रमाणे अर्थ लावीत होता. कोण रंगाची चूक मानीत होतं, तर कोण आंबीच्या माथ्यावरच झाल्या प्रकाराचं खापर फोडीत होतं. गावाला हजार तोंडं होती. एका तोंडानं कोणीही बोलत नव्हतं.

घरातलं कोणीतरी माणूस अचानक गेल्याप्रमाणं बाप्पाजींचं घर गप्पगार पडलं होतं. बाप्पाजी आणि आप्पा कसंतरी जेवायचं म्हणून जेवले होते. जेवणामध्ये आता काही रस राहिला नव्हता. आंबीचा काहीही अपराध नसताना ती अपराधी मनाने कोनाड्यात बसली होती. कुणाचातरी खून केल्यासारखा तिचा चेहरा दिसत होता. आता काय होईल आणि काय नाही हे काही तिला समजत नव्हतं. राधाकाकू मुकाट्यानं घरातला पसारा आवरीत होती. तिलाही काही बोलता येत नव्हतं.

सारा गाव अंधारात बुडून गेला होता. सगळीकडं गार वारा सुटला होता. इतक्यात वरच्या गल्लीतून कुत्र्यांच्या भुंकण्याचा गोंगाट ऐकू येऊ लागला. रंगा पैलवानाची आई रखमाबाई ठो ठो बोंबलत बाप्पाजींच्या घराकडे येत होती. तिच्या पाठीमागून कुत्री जोरजोरानं भुंकत येत होती. बाप्पाजींनी रखमाबाईचा आवाज ऐकला आणि काळजाला टाचणी बोचल्यासारखं त्यांना झालं.

इतक्यात ठो ठो बोंबलत रखमाबाई बाप्पाजींच्या दारात येऊन पोचलीसुद्धा. ती मोठमोठ्यानं ओरडू लागली, "आरं ए जातिवंत पाटला, बाहीर ये. तूच तेवढी पोरं काढलीस आनि आमाला काय भावल्या झाल्यात काय रं? पाटला, आधी बाहीर येऽऽ... आरं, माज्या पोराचं का वाटुळं केलंस रं? आधी बाहीर येऽऽ..."

रखमाबाईच्या या उंच हाकेबरोबर बाप्पाजी उंबऱ्याबाहेर आले. त्यांना पाहताच रखमाबाई आणखीन चवताळली व बाप्पाजींना तोंडाला येईल ती शिवी देऊ लागली. बाप्पाजींनी तिच्या रागाचा पारा थोडा खाली येऊ दिला आणि नंतर ते तिला म्हणाले,

"काय रखमाबाय, काय झालं?"

"काय झालं? आरं, माज्या पोराची हाडं जाग्यावर ठेवली न्हाईस. त्येच्या अंगात रगत न्हाई राखलंस आनि वर काय झालं म्हणून इचारतूस व्हय?" रखमाबाई बोलली.

"हे बघ म्हातारे," बाप्पाजी समजावणीच्या सुरात म्हणाले, "माज्या पोरीचाच हात धरून तुज्या पोरानं अब्रू घ्याचा प्रयत्न केला, मग त्येला मारू नगं तर काय पंचारती घिऊन ववाळू म्हणतीस?"

"आरं, तुमास्नी तेवढी अब्रू हाय आनि आमा गरिबाला न्हाय व्हय? तुजी अब्रू वाड्यात दडून ऱ्हाती आनि आमची काय घराभाईर उसळ्या घेती व्हय रं?" रखमाबाई तणतणून विचारू लागली.

"तुज्या पोरानं माज्या पोरीचा हात का धरला हे आधी सांग?" बाप्पाजींनी खडसावून विचारलं.

"तू आधी पोरीला घरात का ठेवलीयास ते सांग?" उत्तराला प्रत्युत्तर देत रखमाबाई म्हणाली, "सांग–आधी तू पोरीला का घरात ठेवलीयास ते सांग? तिला नांदाय का घालविली न्हाईस? आरं, इस्तवाजवळ लोणी आसलं की ते पाघळणारच की! आरं, तू तिला नवऱ्याकडं का धाडत न्हाईस? बिनकुपाचा जोंधळा असला की पांदीनं जाणारा रेडा त्येला तोंड लावणारच की रं!"

रखमाबाईनं बाप्पाजींना पुरतं निरुत्तर केलं. बाप्पाज्जींना काय बोलावं हेच काही कळत नव्हतं. रखमाबाई तर तावातावानं बोलत होती आणि रंगाला मारला म्हणून स्वत:ला बडवून घेत होती. आजूबाजूच्या गल्लीतली सारी माणसं बाप्पाजींच्या घराजवळ जमा झाली होती.

रखमाबाईची सारी मतं जमावाला पटत होती. बाप्पाजींची दातखिळच बसली होती. तोंडाला येईल त्या शिव्या देऊन रखमाबाईच्या तोंडाला फेस आला. रखमाबाईनं रागाच्या भरात बाप्पाजींच्या शहाण्णव कुळीचाही उद्धार केला. शेवटी ओरडत ओरडत ती निघून गेली.

बाप्पाजींना उभा वारा भरल्यासारखं झालं होतं. कसेतरी ते माजघरात आले आणि भिंतीचा आधार घेऊन खाली भुईला बसले. त्यांचा चेहरा पांढरा फटफटीत पडला होता. त्यांनी पाणी मागून घेतलं आणि तांब्याभर पाणी एका दमात प्यायलं, त्यानंतर त्यांना दरदरून घाम फुटला. त्यांना काहीच बोलायला सुधारत नव्हतं. ते तिथेच भुईवर कलंडले.

झाला प्रकार पाहून आप्पाजीसुद्धा बावचळून गेले होते. घरात काही कमीजास्त होऊ नये म्हणून तेही घरातच झोपले. आंबीला तर थंडी भरून आली होती. तिचे दातावर दात आपटत होते. आपल्यामुळे आणखीन काय काय होणार आहे हेच काही तिला कळत नव्हतं. ती पुरती भेदरून गेली होती.

बाप्पाजींना काही केल्या झोप लागत नव्हती. त्यांचं सारं डोकं ठणकत होतं. त्यांचे वडील दादाजी पाटील होते तेव्हापासून म्हणजे अगदी बाप्पाजींच्या लहानपणापासून त्यांच्या दारात येऊन अशा घाणेरड्या शिव्या आणि शाप देण्याची कधीच कुणाची हिंमत झाली नव्हती; मात्र बाप्पाजींना ते सारं आज उघड्या डोळ्यांनी पाहावं लागत होतं. काही न बोलता त्यांना तसंच गप्प राहावं लागलं होतं. रखमाबाईचे उद्‌गार त्यांच्या काळजाला झोंबत होते– "आरं, निखाऱ्याकडंला लोणी असल्यावर ते पाघळायचं राहील का? – बिनकुपाचा जोंधळा असल्यावर पांदीनं येता-जाताना रेडा त्येला तोंड लावल्याशिवाय ऱ्हाईल का?"

बाप्पाजींनी आपल्या लेकीबद्दल अनेक दिवसांपासून बराच विचार केला होता. काळजीनं त्यांचं शरीरही खंगलं होतं; मात्र आजचा प्रकार काही विलक्षण झाला होता. घराणं, शहाण्णव कुळी, गावातलं वजन, सारं काही त्यांच्या डोक्यावर फेर धरून नाचत होतं. त्यांचं डोकं पार बधिर होऊन गेलं होतं. कसलासा निर्धार करून बाप्पाजी एकदाचे उठले आणि अंधारातून धडपडत चालले.

बाप्पाजींनी खुंटीवरचा कासरा* घेतला आणि ते माळवदावर चढले. त्यांनी कासरा तुळीला* बांधला आणि कासऱ्याच्या दुसऱ्या शेवाचा फास केला. इतक्यात त्यांच्या पायाखालची फळी हलली आणि दणकन आवाज झाला. त्याबरोबर राधाकाकू जागी झाली आणि तिनं बोंब ठोकली. आप्पा, आंबी, घरातली सारी पोरं तिकडं धावली. राधाकाकूनं दिवा लावला आणि वर पाहून ती ओरडली. "हाय रं कर्मा, आवं अण्णा, काय करताय हे?"

बाप्पाजी फास लावून घेण्याच्या तयारीत आहेत ते पाहून आप्पांना तर कापरंच भरलं. ते खालून ओरडले, "आरं दादा, खाली ये... तुज्यापुढं पदर पसरतो. तू सांगशील ते ऐकतू... खाली ये..."

थोड्या वेळानं बाप्पाजी खाली उतरले. त्यांच्या भोवती आप्पा आणि राधाकाकू डोक्याला हात लावून बसले. काकूनं गळा काढला, "आवं अण्णा, तुमी असं केल्यावर आमाला कोन वो? गावात कुत्रं तरी इच्यारील का वो आमाला?"

"दादा, असं काय करू नगं. मी तुज्या पाया पडतू." आप्पाजी.

"आप्पा, तुला माजं ऐकायचं असंल तर नीट ऐकऽ..." बाप्पाजी म्हणाले, "उद्यापातुर एक काय ते ठरीव. ह्या घरात आंबी तरी ऱ्हाईल न्हाय तर मी तरी ऱ्हाईनऽ!"

---

* ***कासरा*** : बैलाला बांधायचा दोर

* ***तुळी*** : लाकडी छताला असलेला आडवा खांब

# १६

बाप्पाजी अंगावर घोंगडं घेऊन पुढच्या सोप्याला पडले होते. दिवस बराच वर आला होता. सकाळचे अकरा वाजल्याची शाळेची घंटा ऐकू आली तरी बाप्पाजी जाग्यावरून हलत नव्हते. त्यांच्या अंगात उठण्याचं काही त्राणच राहिलं नव्हतं.

राधाकाकू भाकरी बडवीत होती. गणूआप्पा बाहेर गावात गेले होते. तव्यावर एकेक भाकरी चर्र करून भाजत होती. भाकरी घालताना काकूला घाम फुटला होता. इतक्यात आंबी परड्यात पदराखाली काहीतरी घेऊन गेल्याचं काकूनं पाहिलं आणि ती तव्यातली भाकरी तव्यातच ठेवून झट्‌दिशी बाहेर पडली. आंबी परड्यातून झपाट्यानं सपरात गेली. तिच्यापाठोपाठ काकूही गेली. आंबीनं पदराखालची कसलीतरी बाटली बाहेर काढली आणि ती तोंडाला लावणार तोच तिचा हात काकूनं धरला. तिच्या हातात ढेकणाच्या औषधाची बाटली पाहताच काकूची बोबडीच वळली; पण काकूला पाठीमागं ढकलून आंबी ओरडली,

"काकू, पुढं यिऊ नगं. मला मरायचं हाय. मला जगायचं न्हाय गंऽ..काकू का मला मरूपण दिना झालासा? काऽऽ?"

"पोरी असं वंगाळ काय करू नगं गंऽ..." काकू भिऊन म्हणाली.

"अगं, मग काय करू मी सांग की?" आंबी ओरडली, "सांग काकूऽ कुठल्या तळ्यात जाऊन जीव दिऊ? सांग, कुठल्या हिरीत जाऊन उडी घिऊ?"

आंबीनं हंबरडा फोडला. त्याबरोबर काकू वेगानं पुढं झाली आणि तिनं आंबीला मिठी मारली. आंबीनं काकूच्या खांद्यावर मान टाकली आणि ती धाय मोकलून रडू लागली. काकूनं तिला परत मिठीत

आवळली. आंबीच्या आसवांनी काकूचं अंग भिजवायला सुरवात केली. काकूचापण बांध फुटला. तीही मोठमोठ्यानं हुंदक्यावर हुंदके देऊन रडू लागली. दोघी एकमेकींच्या गळ्यात पडून रडू लागल्या. कुणाला काही शब्दच सुचत नव्हता. काकू रडता रडता बोलली,

"पोरी, हे तुझं फुटकं नशीब कसं गं!"

"काकू, काय करू सांग मी?" आंबी बोलली, "मी आता कुठं जाऊ गं? लहानपणीच आय टाकून गेली. आणि आता तर दादा म्हणत्याती, एक मी तरी ऱ्हाईन न्हायतर ते तरी ऱ्हातील! सांग काकू, कुठला गुन्हा मी केलाय गं?"

"पोरी, तुजा कायच दोस न्हाय." काकू बोलली, "अगं, नक्षत्रावाणी तू जल्माला आलीस. एकाद्या चांगल्या घरात पडली असतीस तर राजाची रानी झाली असतीस; पण आता तुज्या जल्माला काय ही कळा आली गंऽऽ.."

"काकू, पण मी काय करू सांग? माजा काय गुन्हा?"

"ह्यो सगळा त्या परमीसराचा खेळ हाय. त्येला तू आनि मी तरी काय करणार?"

आंबी दूर होत बोलली, "काकू, मला जगायचं न्हाय. सोड, मला मराण तरी सुखानं यिऊ दे गंऽऽ..."

काकू झटक्यानं पुढं झाली. आंबीला परत तिनं पोटावर धरली आणि तिला धीर देत ती म्हणाली, "आंबे, असं काय करू नगो. तुला सारं जग मेलं तरी तुजा आप्पा आनि काकू मेली न्हाय गं. तुज्यासाठी आमी काय वाटेल ती करायला तयार हाय; पण तुला आमी उघड्यावर टाकनार न्हाय. आता मरून तरी काय करशील? परमीसरानं दिल्याली ही रानीची काया नष्ट हुईल. देवाच्या मनात असंल तर त्यो अजून तुजं भाग्य उजाडील. पोरी, पण माजं ऐक, तू असं काय करू नगं."

काकूनं आंबीची समजूत घातली आणि तिच्या पाठीवरून हात फिरवीत तिला आत घरात आणली. काकूनं लागलीच ती ढेकणाच्या औषधाची बाटली फोडून गारीत ओतली. घरात तसल्या प्रकारच्या ज्या काही वस्तू होत्या त्या फोडून नष्ट करून टाकल्या, तेव्हा कुठं काकूच्या मनाचं समाधान झालं. त्यानंतर तिनं आंबीला गरम गरम भात खायला घातला. त्यावर साजूक तुपाची धार सोडली आणि ती आंबीच्या

डोक्यावरून हात फिरवू लागली. आंबी स्फुंदत स्फुंदत एकेक घास घेऊ लागली.

बाप्पाजी अंथरुणावर तसेच पडून होते. त्यांना जाग्यावरून अजिबात हलू वाटत नव्हतं. इतक्यात सुभाना पाटील आणि नामू कोकाटे हे दोघं पंच बाप्पाजींच्या घरी आले. त्यांना पाहताच बाप्पाजी उठून जरा सावरून बसले व त्यांनी विचारलं,

"कसं काय आला बाबानू?"

"सहज यावं म्हटलं, तुमचं कसं काय चाललंय बघाय."

त्या दोघांनी पीकपाण्याचा विषय काढला. बाप्पाजी आपले गुपचूप होते. एवढ्यात नामू पाटील आणि शिर्पा चोरमारे हे आणखी दोन पंच येऊन हजर झाले. पाठोपाठ हरिबा पाटलाला घेऊन आलेला गणूआप्पा बाप्पाजींना दिसला आणि प्रकरण काहीतरी वेगळंच आहे हे बाप्पाजींनी ताडलं.

पीकपाण्याचा विषय थोडा वेळ घुमला. त्यानंतर आप्पा आत जाऊन राधाकाकूच्या कानात काहीतरी सांगून आले. नंतर आप्पासुद्धा एका कोपऱ्यात घोंगड्यावर बसले.

सुभाना पाटलानं सरळ विषयालाच हात घातला. त्यांनी गणूआप्पाला विचारलं,

"काय रं गणू, आमाला कशापायी बोलीवलंया?"

"...."

"झटदिशी सांग म्हणजी पुढं बोलायला बरं."

"मला संसार वाटून पायजे!" आप्पा एकदाचं बोलून मोकळे झाले.

बाप्पाजींनी चमकून आप्पाकडं पाहिलं. त्यांना फटकाच बसल्यासारखं झालं. सर्व पंच आलेत ते काहीतरी वेगळं कारण असेल किंवा आपणाला काहीतरी समजावून साांगण्याचा आप्पाचा प्रयत्न असेल, अशीच बाप्पाजींची कल्पना होती; पण एकदम वाटणीलाच आप्पांनी हात घातल्यामुळे बाप्पाजी कचरले. ते खुळ्यासारखे आप्पांच्या तोंडाकडे पाहू लागले.

"हां, आता वाटणी पायजे; पण ती का पायजे हे आधी सांगा?" नामू कोकाट्यानं विचारलं.

"मला वाटणी पायजी." खाली मान घालून आप्पा परत एकदा बोलले.

"अरं पण, का?" नामू कोकाटे उसळून म्हणाला, "तुमी भाऊभाऊ आजपातुर सुखानं नांदला. तुमचा जोडा म्हणजी अक्षी रामलक्षुमनासारखा दिसत हुता. आमी गावात सांगीत हुतो. साऱ्या गावाची वाटणी हुईल, पर या दोघा भावांची हुणार न्हाय, आनि आजच तुमास्नी ही अवदसा का आठवली?"

"व्हय तेच म्हणतुया मी." नामू पाटील बोलला, "आरं पण, वाटणी तरी का करायची? काय दोगांचं भांडाण झालं का हाणामारी झाली? मग कशापायी वाटणी पायजी?"

"पण वाटणी करून तरी काय करणार हायसा? बाप्पाजीस्नी तरी पोरगा कुठाय? त्यो म्हातारा एक दिस जाईल मरून. मग ऱ्हायल्याली सारी जमीन, घरदार आप्पाचंच की. मग कशाला पायजी वाटणी ते तरी कळू द्या!" शिर्पा चोरमारे बोलला.

शिर्पा चोरमाऱ्यानं काढलेला मुद्दा मात्र सर्वांना पटला. सर्वांनी त्याच्या बोलाला दुजोरा दिला आणि वाटणी करायचं काहीच कारण नाही हे प्रत्येकाला पटलं. सर्व पंच बाप्पाजींकडे आणि आप्पाकडे उत्तरादाखल फिरून फिरून पाहू लागले. माजघराच्या दाराशी बसून राधाकाकू बाहेर पाहत होती. आत भिंतीकडेच्या बाजूला आंबी होती आणि अवाक् होऊन ती सारं बोलणं ऐकत होती.

"मला वाटणी आंबीसाठी पायजी." एकदाचं गणूआप्पा बोलून गेले.

आप्पाच्या त्या बोलण्याचा अर्थच कुणाला काही कळेनासा झाला. हरिबा पाटील "आंबीसाठी म्हणजे कशासाठी?" ते विचारू लागले. काल शिवारात आप्पानं आणि बाप्पाजीनं रंगा पैलवानाला मारला होता हे सगळ्यांना माहीत होतं; पण त्या बाबतीत एक शब्दही कुणी काढला नव्हता; पण आता आप्पा, आंबीसाठी वाटणी पाहिजे म्हटल्यानं गुंतागुंत अधिकच वाढली. कोणाला काहीच कळलं नाही.

"आंबीसाठी म्हणजी काय? आमाला कायबी कळलं न्हाई." हरिबा पाटील म्हणाला.

"आंबीसाठी म्हणजी, दादा आंबीला घरात ठिऊन घ्याला तयार

न्हाई. म्हणून मला त्येच्या घरात ऱ्हायचं न्हाई. मी आंबीला घिऊन सवता ऱ्हाईन. तिला उघड्यावर मी न्हाय टाकणार. ज्या दिवशी माज्याच्यानं सांबाळायची हुणार न्हाय त्या दिशी हिरीत ढकलीन!'' आप्पांनी सर्व काही सांगून टाकलं.

आप्पांच्या बोलण्यामुळं राधाकाकूला बरं वाटलं; पण सर्व पंच जागच्या जागी बसून राहिले. कोणी बोलेनासं झालं. थोड्या वेळानं नामू पाटलानं सुभाना पाटलाला विचारलं,

''पाटील, बोला की आता.''

''आता ह्यात बोलाचं काय रं?'' सुभाना.

''म्हणजी?''

''आरं, बोलण्यासारखं कायच ऱ्हायलं न्हाय रं. एका पोरीचा तर परस्न आनि तिच्यासाठनं संसार वाटून घ्याला निघाल्यात त्येला आमी तरी आता काय करायचं?'' सुभाना पाटलानं विचारलं.

बाप्पाजी काहीच न बोलता काय काय होतंय ते ऐकत राहिले. आप्पांना राहवलं नाही. ते म्हणाले,

''अवो, बोलण्यासारखं न्हाय म्हणजी काय? आंबीच्या उभ्या आयुष्याचा परस्न हाय ह्यो. तिचा दैवानं घात केला म्हणून आपुनपण घात करायचा का?''

''पण हितं घाताचा काय संबंध?'' शिर्पा चोरमारे बोलला, ''आरं, एका पोरीसाठी संसार वाटून घेण्याचं कारणच काय? तिला खायला दोनी येळंला घातलं आणि वरसातनं एकादं लुगडं घेतलं की आयुष्यभर काय लागतंया?''

''नुसत्या जेवणानं आणि धडुत्यानं माणसाचा जलम निघतू काय?'' आतून चिडून राधाकाकूनं विचारलं.

''राधे, गड्यांच्या बोलण्यात बायकाच्या जातीनं बोलून घाण करूने बघ.'' सुभाना पाटील बोलला.

आप्पानं काकूला गप्प बसवली. त्यानंतर नामू पाटील बोलला,

''आंबीला चिंचोड्याला का घालवली न्हाय त्येचं सगळं कारण आमास्नी म्हाईत हाय. इथं पोरगी ऱ्हातीया न्हवं, ऱ्हाऊ दे की. येळंला भाकरी तुकडा मिळाला म्हणजी झालं. हिथं काय आणि तिथं काय. काल त्या रंग्यानं हात धरला. त्येला परसादबी मिळाला. त्येचं एवढं

मनाला का लावून घेता. त्या रंगदा पाटलाची भण, ती म्हातारी तानी, तिचा नवरा बावल्यावरच वरनं मांडव पडून मेला; पण आजपातुर सत्तर वरसं काढलीच का न्हाय तिनं? मग न्हाय त्या गोष्टीसाठी वाटणीचं काय बोलता?''

सर्व पंचांनी समजुतीचा सल्ला दिला. सर्वांच्या पुढं आप्पांना तर काहीच बोलता आलं नाही. 'आनंदात राहा' असा सल्ला देऊन आपण फार मोठा दावा मिटविल्याच्या समाधानात सर्व पंच मंडळी निघून गेली. त्यांच्या मतानुसार यामध्ये विचार करण्याजोगं असं काहीच नव्हतं. निराशेनं आप्पा जाग्यावरनं उठले. बाप्पाजी तसेच पडून राहिले.

त्यानंतर आप्पांनी खाली मान घालून न बोलता रोजच्या कामाला सुरुवात केली. राधाकाकूपण रोजची कामं उरकू लागली; मात्र दिवस-दिवसभर एका जाग्याला बाप्पाजी झोपून राहू लागले. त्यांची अन्नपाण्यावरची वासना पार उडून गेली होती. दोन्ही वेळेला कोरभर भाकरी आणि थोडासा भात यावर ते दिवस काढीत होते. आप्पानी वाटणी करण्याच्या इराद्यानं घरी पंच आणल्यापासून तर बाप्पाजींनी मनाला फार लावून घेतलं होतं. आप्पांनी घराच्या उंबऱ्याआत पंच का आणावेत, हे त्यांना काही कळत नव्हतं. आजपर्यंत असं कधीच झालं नव्हतं. घरातल्या चौकशीसाठी पंच कधीच दारात आले नव्हते. ही गोष्ट कुळीच्या आणि घराण्याच्या दृष्टीनं नामुष्कीची होती. शिवाय बाप्पाजी आप्पांना कधीही टाकून बोलले नव्हते. कधीही रागावले नव्हते. मग एकाएकी असं का व्हावं हे काही बाप्पांना कळत नव्हतं. विचार करून करून त्यांच्या मेंदूत किडे पडायची वेळ आली होती. सारं काही विचार करण्याच्या पलीकडं गेलं होतं. शिवाय त्यांच्या दारावरून रोज सकाळ-संध्याकाळ शीळ घालत इकडून तिकडे फिरणारी उंडगी पोरं त्यांच्या नजरेतून सुटत नव्हती. त्यामुळं तर आगीत तेल पडल्यासारखं होत होतं.

लहानपणापासून बाप्पाजींनी आपल्या घराण्याची इभ्रत टिकविण्याचा प्रयत्न केला होता. गावातल्या जत्रेच्या वेळचा आपला पूजेचा मान, गावातील तंटेबखेडे सोडविताना आपला असणारा दाबदबाव, पाटीलकीची जुनी रीत गेली तरी नव्या सरपंचकीनं सारं काही टिकवून धरलं होतं; पण आपल्या अब्रूला, इभ्रतीला लागलेला धक्का सहन होत नव्हता.

नवरा कसलाही असला तरी आंबीनं माघारी येणं, रंगा पैलवानानं आंबीचा हात पकडण्याचा प्रयत्न करणं, भर बैठकीत आंबीचं नाव घेऊन बाप्पाजींचा अपमान करणं किंवा आप्पानं वाटणीसाठी पंच घरी आणणं हे सारं काही बाप्पाजींना डाचत होतं. या साऱ्या गोष्टींचा परिणाम त्यांच्या तब्येतीवर होत होता.

आप्पांनापण अलीकडे चुकल्याचुकल्यासारखं वाटत होतं. आंबीसाठी ते काय वाट्टेल ते करायला तयार होते; पण त्यांची भावावरची मायाही कमी होत नव्हती; कारण बाप्पाजी वगळले तर घरादाराला काय रूप राहणार होतं? गावात घराला काय इभ्रत राहणार होती? रोज अंथरुणावर पडून असलेल्या बाप्पाजींना आप्पा पाहत होते. सकाळ-संध्याकाळ बाप्पाजींनी काय खाल्लं, नाही ते राधाकाकूला विचारीत होते.

असे आठ-दहा दिवस उलटले. आप्पांना काही ते सहन होईनासं झालं. एक दिवस संध्याकाळचं बाप्पाजींच्या अंथरुणाजवळ आप्पा येऊन बसले. त्यांनी बाप्पाजींच्या तोंडावरची चादर बाजूला काढली आणि त्यांना कळवळून विचारलं,

''दादा, तू काय चालविलंयास हे?''

बाप्पांनी किलकिल्या डोळ्यांनी आप्पाजींकडं पाहिलं आणि ते कळवळून म्हणाले, ''आप्पा, पोरीचं वाईट व्हावं हे मलाबी पटत न्हाय रं! पर घराण्याची, कुळीची अब्रू काय हाय का न्हाय? त्येच्यासाठीच काळजावर दगूड ठिऊन मी तुला आखीरचं सांगतुया – एक आंबी तरी घरात ऱ्हाईल न्हाय तर मी तरी ऱ्हाईन!''

# १७

अनूमावशीचं घर जसं जवळ आलं तसं आंबीला बरं वाटायला लागलं. आंबी पुढं झपाट्यानं चालत होती आणि तिच्या पाठीमागून गणूअप्पा गठुळं घेऊन चालत होते. आंबीला जांभूळगावला येऊन चार वर्षं झाली होती. या चार वर्षांच्या कालावधीत जांभूळगावात बराचसा बदल झाला होता. अनेक नवी घरं उठली होती, रस्ते पूर्वीपेक्षा बदलले होते. शिवाय गावात वीज आली होती. तिचे खांब उभे राहून जणूकाही भालदार-चोपदाराप्रमाणे आल्या-गेल्या माणसांचे स्वागत करीत होते.

अनूमावशीचं दार बंद होतं. आंबीनं दार ठोठावलं. तोच आतून "कोण हाय ते?" अशी हाक ऐकू आली. मावशीनं दार उघडलं आणि ती समोर पाहतच राहिली, तिचा तिच्या डोळ्यांवर विश्वासच बसेना झाला. आंबीपण तिच्याकडे बघतच राहिली. तोच मावशी पुढं आली आणि तिनं आंबीला कडकडून मिठी मारली. आंबीनं तिच्या खांद्यावर देहभान विसरून मान टाकली. "माजे बाई, कशी हाईस? कशी आलीस गं? आँ, आन् इतकी खराब कशानं झालीस?..."

एका दमात मावशीनं आंबीला अनेक प्रश्न विचारले. तिने आंबीच्या दोन्ही गालांचे पटापटा मुके घेतले. त्यानंतर ती आंबीला धरून आत गेली. त्यांच्यापाठोपाठ आप्पा आत गेले. त्यांच्याजवळचं गठुळं बाजूला ठेवून मावशीनं त्यांना बसायला पाट दिला. मावशी तर आंबीला पाहून नुसती हरखून गेली. तिला कुठं ठेवू आणि कुठं नको असं मावशीला होऊन गेलं होतं. तिनं आपल्या लेकीला, गोदूला ताबडतोब रानात पिटाळून रामूकाकांना बोलावून आणायला सांगितलं.

आंबीला आणि आप्पांना गरमागरम चहा दिल्यानंतर त्यांच्या

पुढ्यात एका बाजूला मावशी बसली. तिनं बोलावयास सुरुवात केली तोच रामूकाका हातातलं काम रानातच टाकून घरला आले. आंबी त्यांच्या पाया पडली. तिला वर उचलून "बाळ, औक्षवंत हो," असा काकांनी आशीर्वाद दिला. मग काकाही आप्पांच्या शेजारी जाऊन बसले.

मावशीनं विचारपूस करायला सुरुवात केली. पीकपाण्याच्या औपचारिक चौकशीचा भाग संपला. त्यानंतर मावशीनं मूळ मुद्द्याला हात घातला.

"मग काय म्हणतुया आंबीचा बाबा?"

"ते दिसतंयाच की." आप्पा

"म्हणजी?" मावशीनं विचारलं.

"अवो, आता पोरीला घिऊनच तुमच्या घरला आलुया, त्यात काय वळकायचं ते वळका की." आप्पा बोलले.

"बाप्पाला काय पोरगी नगं का?" रामूकाकानं विचारलं.

"पोरगी पायजीच की, नगं कसं हुईल?" आप्पा म्हणाले, "पोरगी पायजी पर आधी कुळीचं नाव आनि घराण्याचं नाव, मग पोरीचं बघू. म्हणूनच त्यानं सांगितलं की एक पोरगी तरी घरात ऱ्हाईल न्हाय तर मी तरी ऱ्हाईन! जे माज्याच्यानं रेटलं ते मी करायचा प्रयत्न केला. जमंना तवा आलू पोरीला घिऊन!"

"असू दे, असू दे. देवानं पोरीला सांभाळायची हिंमत दिलीया म्हणावं. पोरंबाळं उघड्यावर टाकणं म्हंजी जेवल्यावर उष्टी पत्रावळ गारीत टाकण्याइतकं सोपं न्हाई म्हणावं!" रामूकाका बोलले.

इतक्यात बाहेर दुकानाला गेलेली तानूआत्ती रॉकेल तेलाच्या बाटल्या घेऊन आली. तिनं आंबीला पाहिली आणि एकदम आश्चर्यानं ती बोलली, "कोण आंबू काय?" तानूआत्ती पुढं आली आणि तिनं आंबीला एकदम मिठीत घेतलं. तिने आंबीचे पटापट मुक्यावर मुके घ्यायला सुरवात केली. आंबीही तिला बिलगली. आंबीच्या डोक्यातून बोटं फिरवीत तानूआत्ती बोलली,

"काय गं, ह्यो नुसता चांदाचा टुकडा हाय नव्हं का! कुठल्यापन राजा-महाराजानं बघताच येडं व्हावं असं माजं हे पाखरू हाय नव्हं का! आरं लेकरा, कुणाचा रं शाप घिऊन जल्माला आलंस? काय गं हे पोरी, तुज्या जल्माचं वाळवण झालं. आग लागली त्या परमीसराला

आणि त्येच्या करणीला!''

तानूआत्तीनं डोळं ओलं केलं. आंबीपण हुंदके देऊ लागली. मावशीला फारच दाटून आलं. तिनं पदर तोंडाला लावून तर एकदम टाहोच फोडला, ''माजे आक्का गं, एकुलत्या एका पोरीला टाकून तू निघून गेलीस नव्हं. का गऽ.. ती उघड्यावर पडली नव्हं का गऽ.. त्या परमीसराचं लागलं दार.. त्येनं माज्या आक्काला पोरीचं त्वांडपण बघायला न मिळता नेली आनि माज्या पोरीच्या आयुष्याचं वाटुळं केलं–कवा काळं हुईल रं तुझंऽऽ'' मावशी हुंदक्यावर हुंदके देऊन रडू लागली. तिच्या रडण्यानं सारीजणं दुःखित होऊन गेली.

''आता या सोन्यासारख्या पोरीनं हुबा जलम कसा काढायचा?'' मावशी बोलली.

''बाई, मी आज पन्नास वरसं कशी काढली ती माज्याच जिवाला म्हाईत.'' तानूआत्ती उसासं टाकीत बोलली.

''बाप्पाला घराण्याचा पुळका लै.'' रामूकाका बोलले, ''मी मागं आलू होतू तवा बोललू पोरीचं दुसरं लगीन करा, तर बाप अंगावर वाघागत धावून आला. सांगा, मानसांनी बिन सुखादुकाचं ऱ्हायला माणसं म्हणजी काय कुंभारानं बनवलेली गाडगी वाटली व्हय रं तुमाला?'' रामूकाका वैतागून बोलू लागले.

शब्दाला शब्द बराच फुटला. दिवस मावळायला आला. गणूआप्पा जायला निघाले. त्यांनी आंबीला पोटावर धरली आनि ते म्हणाले, ''आंबे, बाळे, सुखानं राहा बरं. तुज्या काकाला तुज्यासाठी या जलमात कायबी करता येत न्हाई. मला क्षमा करऽ... पुढल्या जल्मात तुझ्यासाठनं जलम घेतू!''

आप्पा घराच्या बाहेर पडले. त्यांना गावाच्याबाहेर वेशीपर्यंत पोचवायला मावशी, काका आणि आंबी गेली. आप्पांनी आंबीच्या डोक्यावरून पुन्हा एकदा हात फिरवला. आंबीला हुंदका फुटला. ''आप्पाऽऽ–'' म्हणून तिनं टाहो फोडला. आप्पा निघाले. त्यांनी काकांना आणि मावशीला सांगितलं,

''आंबीला कायबी कमी पडू दिऊ नगा. काय कमी-जास्ती लागलं तर मला कळवा बरं का!''

''काय काळजी करू नका,'' काका बोलले, ''हिथं रग्गड हाय.

पोरीला तळहाताच्या फोडागत सांभाळतू.''

''आप्पाऽऽ काकूला आनि... आनि दादांनाबी सांगा वं, मी चांगली हाय म्हणून!'' आंबीनं हात उंचावून सांगितलं.

''होऽ होऽऽ''

आप्पा दिसेनासे झाल्यावर सगळीजणं परत फिरली. लवकरच दिवस बुडला. अंधार पडू लागला. मावशीनं चूल पेटत घातली. आंबी मावशीजवळ गेली आणि म्हणाली,

''मावशी, मी करतू भाकरी.''

''अगं नगं, आजच आलीयास, बस जा तिकडं. जरा इसावा खा जा.'' मावशी म्हणाली.

तानूआत्तीनं वयाची साठी केव्हाच ओलांडली होती. वयाच्या दहाव्या वर्षी तिचं लगीन झालं होतं; पण बाराव्या वर्षी तिचा नवरा पटकीच्या आजारानं मेल्यापासून गेली पन्नास वर्षं ती याच घरात राहत होती. तिचा भाऊ रामूकाका तिला काहीही कमी पडू देत नव्हता. तिला आता वयामुळं अंधाराचं काहीच दिसायचं नाही. म्हणून ती पुढच्या सोप्याला कोपऱ्यात काठी घेऊन गुपचूप बसायची. तिनं आंबीला हाक मारली. तिच्या प्रेमळ हाकेबरोबर आंबी तिच्याकडं झटकन गेली. तिनं आंबीला शेजारी बसायला सांगितलं. आत्तीनं आंबीच्या डोक्यावरून हात फिरवून विचारलं,

''आंबू, बरं वाटतंया नव्हं तुला इथं?''

''हां.''

''काय लागलं सवरलं तर मला सांगीत जा बरं का!''

आंबी आणि तानूआत्ती दोघीही बराच वेळ गप्पगार बसल्या. एकाएकी तानूआत्तीला भरून आलं. ती कळवळून म्हणाली, ''पोरी, कसं गं हुयाचं तुजं? अजून हुभा जलम तुला असा काढायचा हाय... कशी काढायचीस? माणसाचा जलमच वाईट बघ पोरी... मिळाला तर सोन्यासारखा नाहीतर शेणासारखा! अजून तुजी लैऽ लै वरसं जायाची हाईत. तरणी हाईस तू. तरुणपणाचा कैफ तुला म्हाईत न्हाई ग पोरी. लै वंगाळ. मन नुसतं बैलावाणी डुरकण्या काढतं. जसं तिवड्याभवती जनावर फिरावं तसं सारं अंग जळून जळून निघतं बघ ह्या तरुणपणात, पर दूध किती जरी ऊतू जाईत असलं तरी ते झाकणाच्या आत कोंडून

आटवून आटवून मारायचं असतं बघ. लै वंगाळ पोरी, लै वंगाळ ऽऽ...''
तानूआत्तीचा खोकला वाढला. आंबीनं तिचं डोकं धरलं.

संध्याकाळची जेवणं झाली. जेवण झाल्यावर बराच उशीर मावशी
आंबीबरोबर बोलत बसली. त्यानंतर माजघरात तानूआत्तीच्याच बाजूला
वाकळ टाकून झोपली. तिला बराच उशीर झोप आली नाही. आज
तिला कुठंतरी नव्या चांगल्या प्रांतात आल्यासारखं वाटत होतं.
जांभूळगावची सारी माणसं तर जांभळासारखी गोड वाटत होती.
मावशीच्या घरात तर प्रत्येकजण तिच्या सेवेला हजर होता. काहीही
उणं पडत नव्हतं; पण आंबीला राधाकाकूची आठवण आल्याशिवाय
राहिली नाही. भालगाव सोडून एक मैल ती तिला पोचवीत आली
होती. शेवटी निरोप देताना ती डोळ्यांत पाणी आणून म्हणाली होती,
''आंबे, सुखात ऱ्हा. जिवाचं काय बरंवाईट करून घेशील बघ हां.
माजी आन हाय तुला. परमीसर काय डोळे झाकून निजल्याला न्हाई.
त्येला सगळं दिसतं!''

पण, आंबीला एकाएकी भडभडून आलं; कारण घरातून बाहेर
पडताना बाप्पाजी नेहमीप्रमाणे पुढच्या सोप्याला झोपले होते. आप्पा
आंबीला काकाकडे घालविणार हे त्यांना माहीत होतं; पण त्यांनी
तोंडावरची चादर काढली नव्हती. बाप्पाजींचं दर्शन घेण्याचं आंबीच्या
फार फार मनात होतं; कारण आई वारल्यानंतर आंबी त्याच बाप्पाजींच्या
अंगाखांद्यावर वाढली होती. नाथाच्या जत्रेपासून ते पंढरीपर्यंत ती
बाप्पाजींच्या खांद्यावरून फिरली होती. बाप्पाजींशिवाय आंबीला आणि
आंबीशिवाय बाप्पाजींना दुसरं जगच नव्हतं. त्याच बाप्पाजींचा तिला
आज चेहराही पाहता आला नव्हता. आंबी येताना बाप्पाजींच्या पाया
पडूनच आली होती; पण बाप्पांनी उठून तिच्याकडं ढुंकूनही पाहिलं
नव्हतं. आंबीला हे सारं सारं आठवलं आणि उन्मळून आलं. तिच्या
हुंदक्यांचा आवाज येताच तानूआत्या म्हणाली,

''कोण ते? बाळ आंबू! गप्प बाय, गप्प! जिवाला जराबी तरास
करून घिऊ नगस.''

## १८

डोईवर रामूकाकांच्या न्याहारीची भाकरी आणि हातात पाण्याची कासंडी घेऊन आंबी मळ्याकडं निघाली होती. तिच्याबरोबर तिची मावस बहीण गोदूपण होती. गोदूनं आता तारुण्याच्या उंबरठ्यावर पाऊल टाकलं होतं. तिच्या अंगात आता एक लय भरून राहिली होती. ती ठुमक ठुमक चालीनं चालत होती. तर आंबी सावरून पाय टाकीत चालली होती. न्याहारीची वेळ असल्यानं रस्त्याला चिक्कार माणूस होतं.

आंबीनं आणि गोदूनं जांभूळ ओढा मागं टाकला आणि त्या खोबरी आंब्याजवळ आल्या. इतक्यात पाठीमागून कुणाचीतरी मोटरसायकल धाडधाड करत आली. गोदूनं पाठीमागं फिरून पाहिलं; पण आंबीनं मागं पाहिलं नाही. इतक्यात मोटरसायकल येऊन अगदी त्यांच्या पाठीमागं थांबली; पण आंबी न थांबता पुढं चालू लागली. तिच्याबरोबर गोदूपण पाय ओढत चालू लागली. त्या दोघी फर्लांगभर पुढं गेल्या तोच त्यांच्या पाठीमागून परत मोटरसायकल आली आणि त्यांच्यापुढं जाऊन लांब बंद पडली. मोटरसायकलस्वार खाली उतरला आणि गाडीकडं पाहू लागला. त्याच्याकडं बोट करून गोदू आंबीला सांगू लागली,

''आक्का, बघिटलास फटफटीवरचा त्यो आमच्या गावच्या पांडू पाटलाचा शिवा..''

''गप्प, तुला काय करायचं?''

''अगं, लै ऊस, पैसा अडका, सारं बक्कळ...''

''गप्प म्हणती ना...'' आंबी तिच्यावर डाफरली.

दोघीजणी मोटरसायकल पार करून निघाल्या. शिवानं गाडी बंद

पडल्याचा पुरता आव आणला होता; पण त्याची नजर मात्र आंबीकडंच होती. तो तिच्याकडं अधाशी नजरेनं पाहत होता. त्या दोघी जरा पुढं गेल्यावर त्यानं हाक मारली,

"गोदूऽऽ..."

"का वो?" गोदू पाठीमागं वळली.

"पावनी कोन ही?"

"हाय माजी मावसभण." गोदूनं उत्तर दिलं.

दोघीजणी पुढं झाल्या; पण शिवा मात्र आंबीच्या पाठमोऱ्या आकृतीकडं खुळ्यासारखा पाहत राहिला. लवकरच आंबी आणि गोदू मळ्यात जाऊन पोहोचल्या. रामूकाकानं खोडवं काढायला औत धरलं होतं. तासामागून तास पडत होते. औताच्या पाठीमागून मावशी खोडवी* वेचीत होती. औताबरोबर सखूदा जाधवपण होता. आंबी आणि गोदू आल्यावर सगळ्यांनी काम थांबवलं.

सर्वजण काळ्या आंब्याच्या सावलीला बसली. आंबी आल्या आल्या सखूदा जाधवानं मायेनं विचारलं,

"बाय आंबू, बरी हाईस नव्हं?"

"अगदी बरी हाय दादा." आंबी बोलली.

त्यानंतर आंबीनं जेवण सोडलं. एखाद्या खंद्या सुगरणीच्या वर ती सर्वांना जेवण वाढू लागली. सगळ्यांनी जेवायला सुरुवात केली. सखूदा जाधवानं आंबीच्या स्वयंपाकाचं तोंड भरून कौतुक केलं. जेवण वाढल्यानंतर आंबी सखूदाकडं बघत राहिली. सखूदा जाधव रामूकाकाच्या मळ्यात वाटेकरी होता. त्याला आंबीचा सारा इतिहास माहीत होता. त्याला आंबीविषयी फार दया होती. तो नेहमी तिच्याबद्दल चौकशी करायचा. ज्या वेळी तो रात्री काकाबरोबर सांजगप्पा मारायला यायचा त्या वेळी तो येता-जाता आंबीला हाक मारून जायचा.

साऱ्यांची जेवणं झाली. आंबीनं पाटाच्या पाण्यात थाळ्या धुतल्या. त्यानंतर काकांनी आणि सखूदानं औत पुढं चालू ठेवलं. मावशी खोडवी वेचू लागली. आंबीनं तिला दोन पातीला मदत केली. त्यानंतर आंबीनं आणि गोदीनं कुपाची लाकडं तोडली आणि पाटीत भरली.

---

* **खोडवी** : ऊस कापल्यानंतर शेवटी राहणारी बुडखं

त्यानंतर दोघी घराच्या वाटेला लागल्या. मघाशी ज्या ठिकाणी शिवाची मोटरसायकल बंद पडली होती, ती दोन तास झाले तरी तिथंच होती; पण तिचं तोंड आता उलटं होतं. आंबी आणि गोदू जवळ येताच शिवानं गोदूला विचारलं,

"गोदू, आलीस जेवाण दिऊन?"

"व्हय," गोदू शिवाकडं पाहून म्हणाली, "का वं, तुमचं घोडं वाटंतच कशानं ठाण मांडून बसलंया?"

"ही नुसती सुरवात हाय." शिवा डोळे मिचकावीत म्हणाला, "आता लवकरच घोडं आजारी पडणार असं दिसतंया!"

आंबी आणि गोदू जरा पुढं झाल्यावर आंबी गोदूवर कडाडली,

"गोदू, काय ह्यो चावटपना?"

"का ग?"

"मला खपणार न्हाई." आंबीनं स्पष्टपणे बोलून दाखवलं.

आंबी आणि गोदू पांदीच्या तोंडाला आल्या तोच त्यांच्या पाठीमागं शिवाची मोटरसायकल कमी वेगानं आली आणि त्या दोघींना पार केल्यानंतर भरधाव पुढं गेली.

आंबीला जांभूळगावात येऊन फक्त चार दिवस झाले होते. तिचा गल्लीतल्या आजूबाजूच्या बायकांशी परिचय झाला होता; पण तिचं मोहक रूप काही गल्लीतल्या पोरांच्या नजरेतून सुटलं नव्हतं. तिला प्रथम पाहताच पोरांच्या जिवाची तगमग झाली होती; कारण आंबीसारखी रूपवती अख्ख्या जांभूळगावात दाखवायला नव्हती; पण आंबीचं लक्ष दुसऱ्या कशाकडंही नव्हतं. ती आपल्या नादात गुंग होती. मावशीला होता होईल तो हातभार ती लावीत होती. पडेल ते काम उचलीत होती. गोदूच्या दृष्टीनं आंबीचं आगमन हे तिच्यासाठी हिताचं होतं; कारण घराची झाडलोट, पाणी कांजी सारं काही तीच बघत होती.

आंबीचा सुगावा लागायला वेळ लागला नाही; कारण दोन हजार वस्तीच्या त्या गावात या गल्लीत पाल चुकचुकली तरी साऱ्या गावात खबर जायची आणि आंबीसारख्या अतिशय सुंदर आणि मोहक तारुण्यवतीच्या गावात येण्याची बातमी तर वाऱ्याप्रमाणे साऱ्या गावात झाली. आंबीचं जन्मजात रूपच तसं होतं. तरुण पोरं तर तिच्याकडं सहज पाहतील; पण चाळीस-पन्नाशीचे पुरुषही तिच्याकडं फिरफिरून

पाहायचे. तिचं देखणेपण पाहण्यातही तहान-भूक शमल्यागत वाटायचं.

भालगावात आंबीचा बाप पाटीलच असल्यामुळं गावात त्यांचा वचक होता. त्यामुळे आंबीची पाठ धरणं हे काम सोप्पं नव्हतं; पण जांभूळगावात तसं काही नव्हतं. रामूकाकासारख्या एका बऱ्यापैकी शेतकऱ्याची ती पाहुणी होती एवढंच. त्यामुळे सारीजणं तिला मनमुराद पाहून घेत होती. लागोपाठ चार-पाच दिवस आंबी नदीच्या गवंडावर पाणी भरायला यायची. तिचा नित्यक्रम माहीत झाल्याने तरण्या पोरांची गवंडावर गर्दी उडू लागली. पैलवान पोरं दुपारी बारा-एक पर्यंत पाण्यातून बाहेर निघेनाशी झाली. ती खुळ्यासारखी पाण्यात बसून आंबीला पाहत राहायची. संध्याकाळी शिळोप्याच्या गप्पांत तिचाच विषय रंगू लागला. तरणी पोरं अक्षरशः कबुतरासारखी घुमू लागली. तिच्या गळ्यात श्रीरंगाच्या नावानं बांधलेलं मंगळसूत्र अजूनही तसंच होतं; पण त्याकडे कोणीही लक्ष देत नव्हतं. प्रत्येकजण तिची तारीफ करण्यातच गुंग होत होता. जांभूळगावात परटाची सखी सर्वांत जास्त चिकणी मानली जात होती; पण आंबीला पाहिल्यापासून ''सखी? हॅऽऽ कुटल्या झाडाचा पालाऽऽ...'' असं प्रत्येकजण बोलत होता. बायकाही अवाक होऊन तिच्याकडं पाहायच्या आणि एकमेकींना म्हणायच्या, ''परमीसरानं कुठल्या साच्यात हिला घडीवली कुणाला ठावं!''

काही पोरांना तर तिच्या पाठीमागून फिरायचा छंदच लागला होता. पाण्याच्या पाणंदीला, मळ्याच्या वाटेला ती तिच्यामागून जायचीच. तिचं दर्शन झाल्यावर त्यांना जन्माचं सार्थक वाटायचं. जांभूळगावातला बबन शाहीर तर तिच्यासाठी पार वेडा झाला होता. चार दिवसांत त्यानं तिच्यावर कितीतरी मोडक्यातोडक्या लावण्या लिहिल्या होत्या. रात्री शिळोप्याच्या गप्पांमध्ये तो तालासुरात त्या लावण्या गायचा.

''तू चतुर गंऽ नार
दर्शनानं झालो ठार
झाला जीव बेजार, जीव बेजार
तुज्यासाठी जलम घीन हजार!
दिसाला भेट एक तरी बार
तू चतुर गंऽ नार!''

आज ती पांडू पाटलाच्या शिवाला दिसली होती. तिला पाहताच त्याची मोटरसायकल जागच्याजागी बंद पडली होती.

आंबी आणि गोदू एकदाच्या घरात आल्या. तानूआत्तीनं उशीर का झाला म्हणून विचारलं, तिला योग्य ते उत्तर देऊन आंबीनं कामाला सुरुवात केली. मकं बाहेर काढून ते दळणासाठी तिनं नीट केलं आणि गोदूबरोबर ती गिरणीत जाण्यासाठी बाहेर पडली. दारात येऊन पाहते तर गल्लीच्या कोपऱ्यावर शिवा मोटरसायकल घेऊन उभा होता. आंबीनं पदर सावरला आणि खाली मान घालून ती पुढं निघून गेली. गिरणीत गेल्यावर दादू गिरणीवाला एक हात दळणात घालून आंबीकडंच अवाक होऊन पाहत होता.

तिन्हीसांज झाल्यावर मावशी आणि रामूकाका रानातून आले. चहासाठी पूड नव्हती तेव्हा तिनं आंबीच्या हातावर चार आणे देऊन पूड आणायला सांगितली. तेव्हा रामूकाकांनी ते काम गोदूला सांगितलं. मावशीनं आंबीच्या तोंडावरून हात फिरवला आणि तिची आपुलकीनं चौकशी केली.

गोदू दुकानातून थोड्या वेळानं परत आली आणि तिनं आंबीला एका बाजूला केली व म्हणाली,

"आक्का, तुला एक गंमत सांगते."

"काय गं?" आंबीनं विचारलं.

"त्यो पाटलाचा शिवा हाय का न्हाय.."

"कोण त्यो गं?"

"आगं, त्यो फटफटवाला!"

"बरं मग?"

"त्यो आत्ता दुकानाजवळ भेटला आनि त्यानं मला लै काय काय इचारलं."

"काय गं?" आंबीनं काळजीच्या सुरात विचारलं.

"अगं, त्येनं तुजं नाव, गाव इचारलं. हितं किती दिस ऱ्हाणार त्ये इचारलं."

"मग तू काय सांगिटलंस?" आंबी.

"मी म्हनलं, ती नवऱ्याकडं नांदायला कवाच जानार न्हाई. ती आमच्या हितंच जलमभर ऱ्हाणार हाय!"

“मग त्यो काय म्हनला?”

“देव पावला असं कायतरी म्हनला.”

“हे बघ गोदू, माज्याबद्दल कुनी काय इचारलं तर कुनाला काय सांगायचं न्हाई, सांगून ठेवती.” आंबीनं गोदूला खडसावलं.

“का गं?”

“त्ये तुला न्हाई कळायचं!”

आंबीच्या पोटात भीतीचा गोळा उठला. कोपऱ्यात कुठंतरी पाल चुकचुकली. कुठंही गेलं तरी ही पाठीमागची साडेसाती सुटणार की नाही हेच काही आंबीला कळेनासं झालं. मावशीनं केलेला चहा तिनं कसातरी घोटला आणि आपल्या विचारांतच गुरफटून गेली. ती भाकरीला बसली. भाकरी घालताना तिचे हात तेवढे काम करीत होते; पण मन दुसरीकडं धाव घेत होतं, गुरफटत होतं.

आंबीच्या चार भाकरी झाल्या असतील-नसतील तोच तिला बाजूच्या गल्लीतून मोठ्यानं बोंब ऐकू आली. त्या बोंबीच्या पाठोपाठ रडारड ऐकू आली. काय झालं ते पाहायला मावशी-काका दारात धावले. आजूबाजूला चौकशी केली तेव्हा कळलं, की राम पाटलाची बहीण बनी वारली. मावशीला आश्चर्याचा धक्का बसला. तिनं शेजारणीला विचारलं, “अवं, बनीला मरायला काय झालं? चांगली तीसएक वरसाची बाय, पंधरा दिवस झालं माह्यारला यीऊन आनि मेली कशानं वं?”

“आपल्या कर्मानं, दुसरं काय?” शेजारीण बोलली.

मावशी आत आली आणि आंबीला म्हणाली, “आंबू, झटक्यात चार भाकरी उलथ. बनीला बघून तरी यीऊया.” आंबी वेगानं पीठ मळू लागली. एवढ्यात मघाशी बाहेर पळालेली गोदू परत आली आणि आईच्या कानाला लागून म्हणाली,

“आये, बनी मरणानं मेली न्हाईऽ...”

“मग कशानं?”

“अगं, तिनं इख खाल्लंऽ!”

“आं? खरं म्हनतीस काय?”

“अगं व्हय, तिच्या तोंडाला फेस मावंना. साऱ्या बायका म्हणीत हुत्या, तिनं इख खाल्लं.”

"झाली, सुटली एकदाची!" मावशी बोलली.

थोड्याच वेळात शेजारीण आली. ती मावशीला विचारू लागली, "बनीनं इख खाल्लं म्हणत्यात ते खरं काय?"

"इख खाईल न्हाय तर काय करील?" मावशी बोलली, "गेली पाच वरसं नवरा ढोरागत मारतुया. सासू खायाला घालीत नव्हती. म्हणून माह्यारला सारखी यायची."

"पण मावशी, तिला भाऊ न्हाईत व्हय गं?" आंबीनं मध्येच विचारलं.

"अगं, ती राम पाटलाचीच भण की. योक न्हाई, चांगलं चार रेड्यासारखं भाऊ हाईत; पर सगळ्यांनी घरदार वाटून घेतलया. आता तिच्याकडं कुणाचं लक्ष हुतं? जो त्यो आपल्याच बायकापोरांत. म्हणून बनी वैतागली असंल आनि घेटलं खाऊन इख! न्हायतर ती तरी काय करनार हुती? ना माह्यार ना सासर. इखाबिगर कोण हाय तिला?"

मावशीनं सांगितलेली ती बनीची कर्मकथा ऐकून आंबी शहारली. तिच्या अंगावर काटा उभा राहिला. भाकरी झाल्यावर ती मावशीबरोबर बनीचं मढं बघायला गेली. बनीभोवती तिच्या भावांनी आणि भावजयांनी गराडा घातला होता. सारीजणं मोठमोठ्यानं ओरडत होती. बनीच्या तोंडाला फेस दिसत होता. तिचं वय काही जास्त झालं नव्हतं. तिशीच्या दरम्यानची ती बाई होती. हाडापेरानंपण मजबूत होती. आंबीला तिच्याकडं पाहवेनासं झालं. तिनं झटक्यानं मान बाजूला केली. बनीच्या भावजया ओरडत होत्या, "अगं माज्या सोने गंऽ आमाला टाकून का गेलीस? तुला काय कमी हुतं गं?"

रात्री आंबी अंथरुणावर पडली; पण तिच्या डोळ्यांसमोरून बनीचा लाल मळवट भरलेला चेहरा आणि प्रेताला गुंडाळलेलं नवं लुगडं काही केल्या हलत नव्हतं. ती या कुशीवरून त्या कुशीवर वळत होती. बाजूला तानूआत्ती अंथरुणावर पडत स्वत:शीच पुटपुटत होती, "बायकांचा जलम लै वंगाळ ग बाईऽ लै वंगाळ! झालं तर सोनं, न्हाईतर शेण!"

# ११

खुंटीवरचा कासरा, फाळ, जानवट* रामूकाकांनी उचललं आणि औताचं सारं भांडवल घेऊन घराबाहेर पडले. त्यांना दारावरून जाताना पाहताच शेजारच्या हिराबाईनं हाक मारली. रामूकाका थांबले आणि हिराबाईला विचारू लागले,

"काय काम हाय हिरा?"

"दाजी, जरा आत तरी या, मी सांगते."

रामूकाका हिराबाईच्या घरात गेले. हिराबाईनं रामूकाकांना बसायला पाट टाकला. मग हिराबाई रामूकाकाकडे पाहून विचारू लागली,

"लै दिस झालं तुमास्नी बोलीन म्हणतुया."

"का ते?"

"ही आंबी तुमची कोन म्हणायची?"

"अगं, माज्या साडूची लेक."

"मग तिला हितं का ठेवलीसा?" हिराबाईनं सरळ सवाल केला.

"काय सांगू?" रामूकाका सुस्कारा सोडून म्हणाले, "पोरीच्या आयुष्याची राख झालीया नुसती. पोरगी म्हणजी चांदाचा तुकडा हाय. तिच्या बानं त्येच्या भाच्याला दिली चिंचुड्यात, पर लग्नानंतर कळलं की त्यो नपुंसक हाय म्हणे. बाप तर पोरीला घरात ठिवायला तयार न्हाई. तवा मोठ्या मनानं मीच आलो तिला घेऊन इकडं."

"लै की वं वाईट झालं पोरीचं." हिराबाई हळहळली.

"....."

"बरं, तरी सुदीक तुमास्नी मला काही सांगायचं हाय. येगळं."

---

* ***जानवट*** : बैलाच्या गळ्यातील अवजार

हिराबाई म्हणाली, ‘‘आपल्या गावची पोरं किती वाईट हायती ते तुमास्नी हाय म्हाईत.’’

‘‘बरं मग?’’

‘‘अवं, मग काय घेऊन बसलाय रामू दाजी? तुमची आंबी हितं ऱ्हायला आल्यापास्नं सारी येडी हून ह्या गल्लीत चकरा मारत्याती. आता माजीबी पोर लगनाला आलीया. न्हातीधुती पोर हाय. मग गावातली टारगट कार्टी जर हिकडं चकरा माराय लागली तर कवा काय हुईल हे सांगता ईल का? अजून माज्या पोरींची लगनं हुयाची हाईत. पवळी शेजारी ढवळी बांधली आन फुकाफुकी भुळकी लागली असं होईल, इनाकारन आमच्या पोरीस्नी बट्टा लागाया नगं. तवा आंबीची कुठं येवस्ता करायची ती तुमची तुमी बघून घ्या, हे पष्ट सांगते.’’ हिराबाईनं सांगून टाकलं.

‘‘बरंऽऽ, बघतू काय ते.’’

रामूकाका औताचं बारदान घेऊन जाग्यावरून उठले आणि मळ्याची वाट धरू लागले. त्यांना विचारांच्या चक्रानं पुरतं भिरमटून टाकलं होतं. हिराबाईनं सांगितलं होतं ते सारं रामूकाकांना पटत होतं. त्यांच्याही नजरेला ते दिसत नव्हतं अशातला भाग नाही. आंबीला गावात येऊन एक महिना लोटला होता. तिला पाहून पागल होऊन फिरणारी पोरं काही त्यांच्या नजरेतून सुटली नव्हती. ती पोरं रामूकाकांच्या चांगलीच नजरेत होती.

आंबीचं रूपचं तसं होतं. त्यात तिचा काहीही गुन्हा नव्हता. तिच्या रूपाचा गुन्हा होता. तिच्या दैवाचा गुन्हा होता. जर ती काळीबेंद्री असती तर तिला कशीही पोसता आली असती; पण तिचं रूपच असं काही होतं की तिला पोसणंही कठीण होतं; कारण ती कितीही सचोटीनं वागली तरी तिला समाज सचोटीनं वागू देणार नव्हता. ती किती जरी नाकासमोर जाणारी पोर असली तरी तिच्या रूपामुळं काहीतरी, कधीतरी अघटित घडणार होतं. त्यामुळं आंबीला सांभाळणं म्हणजे तळहातावर निखारा घेऊन उभं राहण्यासारखंच होतं. रामूकाका तसे पहिल्यापासून दुसरं लग्न करावं या विचाराचे होते. त्यांनी आपला हा विचार बाप्पाजींच्या तोंडावर सांगायलाही कमी केलं नव्हतं; पण आंबीच्या लग्नाचा एक मोठा बिकट प्रश्न होता. कुठलातरी म्हातारा

नवरा करण्यापेक्षा एखाद्या बिजवरालाच ती द्यायची असा त्यांचा विचार होता; पण ते घडून येणं फार अवघड होतं; मात्र ते घडवायलाच हवं होतं. आता हिराबाईनं सांगितल्यापासून तर रामूकाकाच्या डोक्यातील चक्र वेगानं फिरू लागलं होतं.

रामूकाका मळ्यात आले. त्यांचा वाटेकरी सखूदा जाधव बैल घेऊन मळ्यात केव्हाच गेला होता. नांगरी जुंपताच रामूकाकानं सखूदाला विचारलं,

"आमच्या आंबीला एखादा तरणा नवरा बघ गा."

"हे छान करतायसा." सखूदा बोलला., "कुणाचं काय बी न ऐकता पोरीचं लगीन लावतायसा."

"बरं, बरं, नवरा मिळंल का?"

"व्हय, त्याला काय तोटा? पोरगी अशी फैना हाय की एकाला हजार पोरं उभी करतो की तुमच्या म्होरं." सखूदा तावातावानं बोलला.

"तसं न्हाई सखूदा," रामूकाका बोलले, "आरं, आमा मराठ्यात एका नवऱ्यानं दुसऱ्या हजार बायका केल्या तरी चालत्यात; पर याक लगीन झाल्याला बाईला दुसरा योकबी नवरा न्हाई मिळत."

"खरं हाय हे." सखूदाला पटलं.

"पर सखूदा, याक वाईट वाटतं गा," डोळ्याला टॉवेल लावून रामूकाका बोलले, "माज्या आंबीचं पयलं लगीन झालं असलं तरी नवऱ्याचा तिला स्पर्शबी न्हाय. त्यो गडीच न्हाय म्हणून माज्या पोरीचं आंग धुतल्या तांदळागत हाय बघ; पण हे कोण ऐकून घेणार?"

"खरं हाय."

दिवस चांगला माथ्यावर येईपर्यंत रामूकाकानं आणि सखूदानं नांगरी चालवली होती. ऊन चांगलं झणाणू लागलं; बैलं पण दमघाईला आली तेव्हा दोघांनी नांगर सोडली. एवढ्यात न्याहारी घेऊन आंबी आणि गोदू आल्या. काका आणि सखूदा जेव्हा जेवायला बसले तेव्हा शिवाची मोटरसायकल दोन वेळा इकडून तिकडं गेली. शिवाची मोटरसायकल रामूकाकाच्या नजरेतून सुटली नाही.

जेवणानंतर आंबी व गोदू भांडी घेऊन निघून गेल्या. बैलांना वैरण घालून सखूदा आणि रामूकाका काळ्या आंब्याच्या सावलीला गारव्याला पडले, तेव्हा रामूकाका सखूदाला म्हणाले,

“सखूदा, हे पांडू पाटलाचं प्वार फटफट घेऊन आंबीभोवती लै फिरतय रं.”

“व्हय, व्हय मालक, माज्या नजरंतनं काय सुटल्यालं न्हाई.”

“कसा काय वाटतू रं ह्यो पोरगा?”

“आँ, झॅक हाई; पर जमणं कठीण.”

“ते कसं काय?”

“अवो, पोरगं माप आयकंल,” सखूदा बोलला, “पर बाप ऐकून घ्यायला नगं का?”

“आरं, पोराला तरी इचार.”

“इच्यारतो की– आज सांजलाच बघतू.”

दुपारी रानातली नांगरट संपवून संध्याकाळी सखूदा गावात आला. दुकानाला पानतंबाकू आणायला तो गेला असतानाच वाटेत शिवाची गाठ पडली. शिवाला जरा बाजूला घेऊन सखूदा म्हणाला,

“शिवा, लेका, तुला याक इचारायचं हाय.”

“इचार की.”

“तू त्या आंबीच्या भवतीनं लै घुटमळतूयास म्हणत्यात.”

“व्हयऽ त्यात काय?” शिवा सरळ बोलला.

“आरं पण, का?” सखूदानं विचारलं.

“का? तुला न्हाई कळायचं म्हाताऱ्या.” शिवा बोलला,

“आता, पुंगीच्या नादानं कुठला नाग डुलायचा ऱ्हाईल, सांग?”

“लै आवाडली?”

“काय इचारूच नगंस.”

थोडा वेळ दोघंही गप्प बसले. त्यानंतर शिवा हरकून बोलला, “आयला, अशी बायकू मिळाली असती तर जलमभर तिच्या पायाचं तिरथ घेत बसलू असतू.”

सखूदानं आता बोलायचा मोका चांगला आहे हे ओळखलं. तो मनातलं बोलू लागला,

“हिच्या बानं हिला भाच्याला दिली.”

“बरं.”

“पर इतकी रूपवान असून उपयोग काय?”

“का?”

"नवरा नपुंसक निघाला."

"अरंरा , काय रं देवाऽ! केवढं भाग्य चुकविलंस?"

"पोरगी धुतल्या तांदळासारखी हाय."

"बरं मग?"

"पण तू तिच्या मागनं मागनं का फिरतूस?"

"ती मला लय आवडतीया."

"मग तिच्याबर लगीन करतूस?" सखूदानं एका दमात विचारलं.

"काय म्हणालास?" शिवा एकदम साप चावल्यागत उभा राहिला.

"लगीन करतूस का?" सखूदानं परत विचारलं.

"न्हायऽ न्हायऽ." शिवा मान झाडून बोलला.

"का?"

"तिचं याक लगीन झालंया."

"मग काय झालं?"

"न्हाई लगनाबिगनाचं काय जमायचं न्हाई." असं म्हणून शिवानं फटफटीला किक मारली. तो तिथून चालता झाला.

अंधारात सखूदा शिवाकडं पाहत राहिला. थोड्या वेळानं दांतओठ खाऊन तो स्वत:शीच बोलला, "च्यायला, साल्याला ठेवायला पायजी आनि लगीन करायला नगं.. नालायक लेकाचा!"

# २०

मळ्यात मका पेरायला आलेला. रामूकाकाचं समदं बिऱ्हाड मळ्यातल्या लक्षीच्या घरात विसावा खात होतं. सकाळपासून बराचसा मका पेरून झाला होता. आज रामूकाका नांदगावला काहीतरी कामानिमित्त गेले होते; पण त्यांची उणीव सखूदानं भासू दिली नव्हती. त्यानं नेट लावून सकाळपासून निम्म्याच्यावर पेरणीचं काम उरकून घेतलं होतं. सखूदाची बायको ताराबाईपण आज पेरणीला आली होती. शिवाय आंबी आणि गोदूही हातभार लावायला तयार होत्याच.

मळ्यातलं लक्षीचं घर रामूकाकाच्या बिऱ्हाडाला फार उपयोगी पडणारं होतं; कारण पावसाळा असो की उन्हाळा असो, लक्षीच्या घरात येऊन विसावा घ्यायला मिळायचा. कमी-जास्त माणसं असली की काळ्या आंब्याच्या सावलीत जेवायला न बसता सारीजणं येऊन लक्षीच्या घरी पडवीला जेवायला बसायची. लक्षी सगळ्यांना जेवताना गार पाण्याची घागर प्यायला द्यायची.

लक्षी तशी मायाळू स्वभावाची होती. तिचा नवरा तिच्यावर फार माया करायचा. तिला रानामाळातलं काम लावायचा नाही. त्यामुळं ती आपल्या दोन वर्षांच्या गुटगुटीत पोराला घेऊन घरीच बसून असायची. आंबीची आणि तिची दाट ओळख झाली होती. आंबीची करुण कहाणी तिला माहीत होती. त्यामुळे लक्षीला तिची दया यायची. आंबी जेव्हा घरी यायची तेव्हा ती तिला चहा प्यायला दिल्याबिगार सोडायची नाही. आंबीपण मळ्यात येता-जाता तिच्या घरी वरचेवर येऊन जायची. विशेषत:, आंबीला लक्षीच्या बाळाचा लळा लागला होता. ती दोन वर्षांच्या बाळाला उराबरोबर घ्यायची व नाचत सुटायची. गुदगुल्या करून ती बाळाला हसवून सोडायची, तशीच ती त्याला रडवूनही

सोडायची. बाळ रडलं म्हणजे तिला मजा वाटायची. पुन्हा ती बाळाची समजूत घालायची. त्याचे पटापट मुके घ्यायची. त्याच्या गालाला गाल लावून अर्धा अर्धा तास बसायची. अशा तऱ्हेनं बाळालासुद्धा आंबीचा भारी लळा लागला होता.

मावशीचंही जेवून झालं होतं. ती विसावा खात भिंतीला पाठ टेकून बसली होती. एवढ्यात लक्षी पुढं आली आणि मावशीला विचारू लागली,

"का ग आक्का , आंबीच्या लग्नाचं झालं का गं कुठं फिक्स?"

"बघूया, चाललाय प्रयत्न." मावशी बोलली.

"कुठं काय जागा मिळत न्हाई व्हय?" लक्षीनं विचारलं.

"मिळत्यात माप," मावशी बोलली, "पर चांगला तरी पायजी. माजी पोरगी काय केर हाय व्हय गारीत टाकून द्याला? नुसता चांदाचा तुकडा हाय तुकडा! स्थळं येत्यात; पर चांगलं न्हायत, कोण म्हातारा, कोण चार बायका असणारा!"

"भाड्यास्नी लगनाची लै रग आलीया वाटतं?" लक्षी रागानं बोलून गेली.

"पोरीचं याक लगीन झालंया ग, न्हायतर म्हमईचा गवनेर मागणी घालाय आला असता!" मावशी बोलली.

"खरं हाय. पन बघा चांगला जागा."

"तर, चांगला जागा बघायचा सोडतूया व्हय? अजून माज्या पोरीला नंबर एकच स्थळ बघीन! वाईट बघायला काय तिचा काका आनि मावशी हलकी न्हाईत. आज त्याच कामासाठी हे गेल्याती."

"नांदगावला?"

"व्हय."

"ह्याच कामासाठी?"

"व्हय, गरिबाचा बघीन, पन चांगलाच पोरगा बघीन!" मावशी बोलली.

ऊन खाली झालं आणि सारीजणं उठली. मळ्यात परत मका पेरणीचं काम सुरू झालं. संध्याकाळपर्यंत सर्वांनी पेरणी आटोपली आनि गावाकडं परतली. तिन्हीसांज झाली. आंबी भाकरीला बसली. गोदू कुठं हुदुड्या मारायला गेली होती. एवढ्यात रामूकाका नांदगावहून

परत आले.

रामूकाका आल्या आल्या काय झालं ते बघायला मावशी पुढे धावली. रामूकाका आत येताच तिनं त्यांना प्रश्न केला,

"काय वं, गेल्याला कामाचं काय झालं?"

"झालं की काम." हुश्शऽऽ करीत काका बोलले.

"अवं पण, कुठला जागा हाय? नवरा मुलगा कसा हाय? त्येचं घरचं कसं हाय? तुमी ठरीवलं कसं?" मावशीनं काकांवर प्रश्नांची सरबत्ती केली.

"सांगतू, आधी च्या दे."

मावशीनं भाकरीचा तवा ताबडतोब बाजूला ठेवायला लावून चुलीवर चहा ठेवला. काका चुलीसमोर पाटावर बसले. मग मावशीनं विचारायला सुरुवात केली,

"आवं, कसं काय सांगा की!"

"नांदगावचा जाधवाचा पोरगा हाय. घरंदाज हाय."

"धंदा काय करतू?" उत्सुकतेनं मावशीनं विचारलं.

"डायवर हाय ट्रकवर; पर पोरगा आक्शी पैलवानागत दणदणीत हाय." काका म्हणाले.

"बरं, तेचं घरचं कसं काय?"

"मिळीवता हाय; पन घरात आय-बा न्हाईत त्येला. जमीन हाय तीन-चार पोत्याची. न्हायाजोगं एकपाखी घर हाय. सारं बरं हाय."

"बरं, देण्याघेण्याचं कसं?" मावशीनं विचारलं.

"एक हजार हुंडा द्याचं कबूल केलया म्या!" काका बोलले.

मावशी थोडा वेळ गप्प बसली. मग तिनं काकांना विचारलं,

"बरं, आता लगनाचं कसं करायचं?"

"आता यील त्या तिथीला टाकायचं उरकून."

"पर ह्यो हुंडा कुठनं हुबा करायचा?" मावशीनं जरा काळजीच्या सुरात विचारलं.

"बघू या." क्षण दोन क्षण विचार करून काका उत्तरले, "आपली दुधाची काळी म्हस इकूया आनि टाकूया लगीन उरकून!"

"काका, कशाला माज्यासाठी तोंडचं दूध बंद करता?" मधीच आंबी बोलली.

"तू गप्प बाई." मावशी मध्येच तिला दाबीत बोलली. "लेकी, तू गप, तुज्या जिवापरास काय हजार रुपयं जास्ती न्हाईत?"

आंबी मावशीच्या त्या बोलण्याबरोबर गप्प बसली. काका समाधानात होते. इतके दिवस ते आंबीसाठी स्थळ शोधण्याचा प्रयत्न करीत होते. त्या कष्टाला आता फळ आलं होतं. विशेष गोष्ट अशी की मुलगा बिजवर किंवा तिजवर नव्हता. चांगला तरणाबांड होता. तो जरी गरीब असला तरी त्याला आंबी देणं काय वाईट नव्हतं.

रामूकाका जाग्यावरून उठले आणि पुढच्या सोप्याला येऊन तानूआत्तीच्या शेजारी बसले. त्यांनी आंबीचं लग्न कसं ठरवलं, कुठं ठरवलं सारं काही सांगून टाकलं, तेव्हा मान हलवीत तानूआत्ती म्हणाली,

"राम, लै चांगलं केलंस बग. आरं, मी बिन नवऱ्याची तुज्या घरात तुजा तुकडा खाऊन पन्नास वरसं काढली. आता आसं कोन कुनाला जलमबर सांभाळायला तयार हुईल?"

"आता बघूया कसं हुतया ते."

"सारं चांगलं हुईल बाबा, देव तुजं भलं करील. पोरीचं लगीन ठरविलस. लै चांगलं झालं. बायकाची जात जलमबर काय नुसत्या भाकरी तुकड्यावर ऱ्हाईल व्हय? तिला मन हाय का न्हाय? ती कसली सुधारना सुधारना म्हणता, पर कुठाय तुजी सुधारना? तिला घाटली चुलीत! आता कुणाचं काय ऐकू नगं. पोरीचं लगीन करून टाक. तिच्या बापागत घराणफिराणं म्हणशील. शेवटी सगळी त्याच एका मसणवट्यातच जायची नव्हं का? मानसाला पुन्ना जलम मिळतू का? करतुयास ते लै चांगलं हाय बघ!"

तानूआत्तीच्या पाठिंब्यानं रामूकाकांना बरं वाटलं. ते पुढच्या गोष्टींच्या तयारीचं कसं करावं हे पाहण्यास सखूदा जाधवाची गाठ घ्यायला गेले.

सारीजणं जेव्हा जेवायला बसली, तेव्हा मावशीच्या डोळ्यांतून एकाएकी पाणी आलं. तिनं आंबीच्या डोक्यावर हात ठेवला आणि ती म्हणाली, "बाई, काही दिस ऱ्हा आता सुखानं. दुसऱ्याच्या घरला जाशील पाखरागत उडून. तुजा आता वनवास संपत आलाय. खा सुखानं!" मावशीच्या त्या बोलाबरोबर आंबीचेही डोळे भरून आले. एव्हाना आंबीचं लग्न ठरल्याची बातमी सर्व घरांत गेली होती. मावशीचा

बब्या म्हणत होता, "आंबाक्का, तुज्या लग्नात मी वरातीच्या घोड्यावर बसनार. लै मज्जा यील न्हाई?"

रामूकाकांनी लग्न ठरल्याचं सांगितल्यापासून आंबीची सारी काया पुलकित झाली होती. आपलं बदललेलं आयुष्य परत वळणावर येतंय हे पाहून तिला फार आनंद झाला होता. आता जगाच्या नजरा तिला भेडसावणार नव्हत्या, सतावणार नव्हत्या. नव्या नवऱ्याच्या नावानं मंगळसूत्र बांधलं म्हणजे सर्वकाही संपणार होतं. आता ती संसाराला सुरुवात करणार होती. लवकरच आपल्या पोटी लव-कुश जन्म घेणार! हा विचार मनात येताच ती लाजून चूर झाली होती.

अंथरुणावर पडल्यानंतर आंबीला काही केल्या झोप येत नव्हती. नव्या विचारात ती न्हाऊन गेली होती. तिचं सारं शरीर आनंदून गेलं होतं.

...लग्नातला हिरवागर्द शालू आंबी नेसली होती. तिच्या छातीबरोबर तिनं आपला गोरापान मुलगा घेतला होता. आंबीबरोबर सूट घातलेला, तोंडात पानाचा विडा घेतलेला तिचा नवरा होता. त्याच्या हातात दोन पिशव्या होत्या. त्या पिशव्यांत देवीला आणलेले नवसाचे नारळ होते. आंबी आणि तिचा नवरा भालगावच्या पठारावरून वाट चालत होते.

गावच्या आंबाबाईचं देऊळ जवळ येत होतं. आंबी जागच्याजागी थांबली. तिचा गोरापान मुलगा अंगावरच झोपला होता. त्यामुळं तिला फार कड आले होते. ती आपल्या नवऱ्याला म्हणाली,

"अवं, ह्याला जरा घ्या की."

"मी न्हाय जा." नवरा उगाच हसत हसत बोलला.

"जावा तिकडंऽ तुमचं काहीतरीच असतं बघा." आंबी फुरंगटून नवऱ्याला म्हणाली, "पोराला घ्याला नगं आनि..."

आंबी रुसल्याची पाहून तिचा नवरा हसू लागला. आंबी त्याच्याकडं पाठ करून जागच्या जागी उभी राहिली होती. आंबीचा नवरा पुढं आला आणि त्यानं चिमटीनंच पाठीमागून तिचा गाल हातात धरला. त्याबरोबर आंबी ओरडली,

"अवंऽ अवंऽ काय करताय हे, माणसं बगतील की!"

"बघू देत." तिच्या जन्माचा जोडीदार बोलला.

त्यावर दोघं खळखळून हसली. दोघंही लवकरच गावच्या आंबाबाईच्या

देवळात आली. तात्या गुरव बाहेरच बसला होता. त्यानं आंबीला ओळखलं. तो जाग्यावरून उठून म्हणाला,

"कोन, आंबे? तूऽ? आनि पोरगा कुणाचा? बघूऽ बघू जरा..." असं म्हणून तात्या गुरवानं आंबीच्या पोराला जवळ घेतला.

आंबीनं दहीभाताचा निवद आंबाबाईच्या पुढ्यात ठेवला. अगरबत्ती लावली. गुरवानं नारळ फोडला. दोघं नवरा-बायको जोडीनं आंबाबाईच्या पाया पडली. त्यानंतर दोघं तात्या गुरवाच्या पाया पडली. गुरवानं "अष्टपुत्रा सौभाग्यवती भव" म्हणून आशीर्वाद दिला.

सर्वकाही झाल्यानंतर आंबी आणि तिचा नवरा देवळाच्या बाहेर आले. आंबीनं समोर पाहिलं आणि ती एकदम आश्चर्यचकित झाली. बाप्पाजी देवळाकडं पणतीत तेल घालायला येत होते, तोच त्यांनी आंबीकडं पाहिलं आणि ते पाठीमागं फिरून चालू लागले. आंबीनं आपल्या नवऱ्याला डिवचून दाखवलं–

"अवं, ते पाह्यलंत का?"

"कोन ते?"

"आवं, माझं दादा– दादाच ते."

"मग थांबीव की त्यांना."

आंबी "दादाऽ दादाऽ ऽ" करून बाप्पाजींच्या पाठीमागं धावू लागली; पण बाप्पाजी काही थांबायला तयार नव्हते. आंबी पुढं झाली आणि एका हातात पोर होतं तरी तिनं बाप्पाजींचे पाय धरले आणि ती कळवळून म्हणाली, "दादाऽ दादा, थांबा वो, मी वाईट काय बी केल्यालं न्हाई. मी खरंच सीतासावित्री हाय!"

आंबी मोठमोठ्यानं ओरडू लागली, तोच जवळ येऊन मावशी तिला गदागदा हलवू लागली. आंबी दचकून जागी झाली. तिला दरदरून घाम फुटला होता. तिला हलवून मावशी विचारू लागली,

"काय गं आंबे, तुला सपान पडलंतं?"

"आँ?"

"तुला सपान पडलं हुतं काय?"

"व्हय– सपानच!"

# २१

भालगावच्या चावडीवर बाप्पाजी बसले होते. इतर काही पंचमंडळीही त्यांच्या शेजारी बसली होती. अलीकडे महिन्या-दीड महिन्यापासून बाप्पाजी नेहमीप्रमाणे रोज सकाळ-संध्याकाळ चावडीवर फेरी टाकत होते. आतासं त्यांचं मन जरा गावकारभारावर बसू लागलं होतं. गावात होणाऱ्या तंट्याबखेड्यावेळी ते हजर राहू लागले होते. गावात येणाऱ्या अंमलदारांची उठाठेव करीत होते. सारं काही पहिल्यासारखं ते करू लागले होते. पाटील आता ठीक झाले, असं गाव बोलू लागलं होतं.

वरवर जरी पाटील गावातून वावरू लागले असले तरी त्यांच्या जिव्हारी बसलेला घाव काही ठीक झालेला नव्हता. पहिल्यासारखा आपला वचक, आब आता राहिला नाही असं त्यांच्या मनाला सारखं वाटत होतं; पण या सर्व गोष्टींपेक्षा त्यांचं दुःख काही वेगळंच होतं. त्यांना नको होती तरी आंबीची आठवण सारखी यायची. ती जणू काही त्यांचा पिच्छाच पुरवत होती. त्यामुळं बाप्पाजी एकाकी आणि उदास बनत चालले होते.

बाप्पाजींनी एकाकी आणि उदास होणं सहज शक्य होतं; कारण वरून ते जरी नावासाठी, घराण्यासाठी सारं काही करत होते, तरीसुद्धा आंबीबद्दल त्यांच्या हृदयात असलेला ओलावा काही केल्या नष्ट होत नव्हता; कारण गेली पंधरा ते सतरा वर्षं त्यांनी आंबीच्या सान्निध्यात काढली होती. म्हाताऱ्या माणसाजवळ जशी काठी असते तशी आंबी त्यांच्याजवळ असायची. काठी निर्जीव असते; पण आंबी सजीव होती. अंगावरून नाचणारी, अभंग पाठ करणारी, आपल्या गोड आवाजात रामायण-महाभारत वाचणारी, बाप्पाजींनी सांगितलेल्या गोष्टी नीट ऐकणारी आणि आचरणात आणणारी आंबी काही केल्या त्यांच्या

नजरेसमोरून हलत नव्हती. श्रावणात स्वत: न दमता झाडांना बांधलेल्या झोपाळ्याला दम आणणारी, फुगडीत मैत्रिणींना चक्कर आणणारी, हसती, बागडती, नाचती आंबी त्यांच्या डोळ्यांपुढून बाजूला होत नव्हती. अशा आपल्या पोरीच्या आयुष्याची ससेहोलपट झालेली पाहून त्यांना आतून कढ येत होते. आपला पराभव घरात मान्य करावा असं त्यांना सारखं वाटत होतं; पण त्याच वेळी ते स्वत:ला सावरीत. घराण्याच्या, कुळीच्यासमोर असं काही करता येणार नाही हे स्वत:ला समजावून सांगत होते. त्यांचं मन द्विधा मन:स्थितीत सापडलं होतं. त्यातून बाहेर पडायचा मार्ग काही दिसत नव्हता. तरीही बाप्पाजी फिरत होते, वावरत होते, वावरण्याचं सोंग आणीत होते.

आता बाप्पाजींचं घरातलं वर्तन सुधारलं होतं. ते घरात सर्वांशी प्रेमानं वागू लागले होते. शेताकडं फिरकू लागले होते. आप्पानं घरी पंच आणले हे त्यांना सहन होणारं नव्हतं; पण त्यावरही पांघरूण घालून त्यांनी आप्पाला विश्वासात घेतलं होतं. घरकारभारात ते त्याचा सल्ला घेत होते. राधाकाकूला थोडं समाधान वाटत होतं.

मघापासून चावडीत बऱ्याच गप्पा रंगल्या होत्या. बाप्पाजींनी त्यात भाग घेतला होता. आता दिवस बुडून तिन्हीसांज व्हायची वेळ आली. सत्तूदानं चावडीत कंदील लावला, तेव्हा बाप्पाजी जाग्यावरून उठले आणि घराकडं चालू लागले. कासारआळी टाकून ते पुढे निघाले तोच म्हातारा श्यामू माळी त्यांना हाका मारू लागला.

"अवं थोरलं पाटील, जरा थांबाऽऽ..."

श्यामू माळ्याच्या हाकेबरोबर बाप्पाजी थांबले. श्यामू जवळ आला आणि बाप्पाजींना हळू आवाजात म्हणाला,

"पाटील, तुमास्नी काय कळलं का?"

"कसलं बाबा?" बाप्पाजींनी विचारलं

"म्हणजी तुमाला अजून पत्ताच न्हाई म्हणा."

"न्हाई."

"अवं, तुमच्या आंबूताईचं लगीन झालंऽ!"

"काय म्हणताय काय?" बाप्पाजी किंचाळले.

"व्हय."

"कवा? कुठं? कसं?" बाप्पाजींना पायाखालची जमीन सरकल्याचा

भास झाला.

"अवो, परवा दिशी झालं. तुकाराम डायवरला दिली. मी नांदगावला गेलो तवा बघिटलं. काय वाजतंय म्हणून मी इचारलं. तवा मला कळलं, की आंबूताईचं लगीन झालं!"

"असं?"

"व्हय, अवो पर, एकदम एखाद्या गरिबागत किरकोळ खर्चात लगीन झालं बघा. नुसता हंडाभर भात शिजवलेला."

"पुढं काय सांगू नका."

बाप्पाजींनी तिथून काढता पाय घेतला. त्यांना समोरच्या अंधारात काही दिसेनासं झालं. सारी दुनिया त्यांना आपल्या भोवती गरऽगर फिरल्याचा भास झाला. डोळ्यांवर अंधारी आली. पायाखाली धर लागेनासा झाला. एकदम बाप्पाजी धाडकन् खाली जमिनीवर कोसळले. अचानक आवाज कसला झाला म्हणून बाजूच्या जोत्यावर बसलेली माणसं उठली आणि "पाटील बेशुद्ध हून पडलेऽऽ" म्हणून कालवा झाला. आजूबाजूच्या घरातून माणसं धावली. तिघाचौघांनी त्यांना वर उचलून बसवलं. माणसांनी कंदिलाच्या उजेडात पाहिलं तर बाप्पाजी पूर्णत: बेशुद्ध पडलेले दिसले. त्यांच्या तोंडातून थोडं रक्त बाहेर आलं होतं. त्यांना लवकरच उचलून शेजारच्या घरात आणण्यात आलं. कांदा आणून त्याचा रस त्यांच्या नाकात पिळला, दोघंतिघं पंजानं वारं घालू लागले. त्यांच्या तोंडावर पाणी मारण्यात आलं. एवढ्यात घाबरेघुबरे होऊन आप्पाजी आणि राधाकाकू आल्या. त्यांनी जोरजोरानं वारा घालायला सुरुवात केली.

थोड्या वेळानं बाप्पाजी शुद्धीवर आले आणि किलकिल्या डोळ्यांनी इकडंतिकडं पाहू लागले. सर्वांना हायसं वाटलं. त्या घरमालकिणीनं चहा केला आणि गरमगरम चहा आणून बाप्पाजींच्या हातात दिला. बाप्पाजी कसातरी चहा प्यायले. त्यानंतर बाप्पाजी उठले. त्यांच्या एका दंडाला आप्पाजींनी आणि दुसऱ्याला काकूनं धरलं. इतर चार माणसं त्यांना घरापर्यंत पोचवायला आली.

काकूनं वाकळ टाकली. तीवर बाप्पाजी पडले. त्यांनी अंगावर चादर घेतली आणि ते गपगार पडून राहिले. स्वयंपाक झाल्यावर काकू त्यांना उठवायला गेली; पण बाप्पाजी उठले नाहीत. त्यांनी अजिबात

काही खाणार नसल्याचं सांगून टाकलं.

आप्पांनी आणि काकूनं पुन्हा एकवार प्रयत्न करून पाहिला; पण ते शक्य झालं नाही म्हणून काकू आणि आप्पा जेवायला बसले. त्यांनी बाप्पाजींना चक्कर यायचं कारण ओळखलं होतं; कारण त्यांना आंबीचं लग्न झाल्याचं सकाळीच कळलं होतं. जेवता जेवता हळू शब्दांत काकू आप्पांना म्हणाली,

''दादास्नी आंबीचं लगीन झाल्याचं कळलं वाटतं?''

''व्हय''

''झालं ते बरं झालं.''

''पोरीचं कल्याण झालं!''

''व्हयऽ व्हयऽ तुमचं समाधान झालं नव्हं का?'' बाप्पाजी पलीकडून ओरडून म्हणाले. त्यांनी स्वतःच्या मुस्काटात मारून घ्यायला आणि डोकं आपटून घ्यायला सुरुवात केली. ते ओरडू लागले, ''आरं, तुमचं समाधान झालं नव्हं का? पोरीचं कल्याण झालं आणि मी काय तिचं अकल्याण करायला तिला जल्माला घाटली? आरं, हे माजं कर्म बोलतया, तुमी बोलत न्हाय. आरं, ह्या शाण्णव कुळीत कुठल्या पोरीचं फिरून लगीन झालं हुतं का? नशीब बोंबललं ते तुमचं बोंबललं. पर त्या पायी कुळीला बट्टा कशाला? आता सर्गातनं तुमचं आय-बा फुलं टाकीत असत्याल. लै चांगलं केलं रं ऽ लै चांगलं केलंऽऽ... कुळीचं नाव केलंसा... कुळीचं नाव केलंसाऽऽ...''

# २२

सारं महात्मा फुले नगर जागं झालं होतं. झोपडी झोपडीमधून कामाला जाणारे कामगार, भाजीवाल्या, पाटीवाल्या झटा झटा बाहेर पडत होत्या. उघड्यानागड्या पोरांनी बाहेर पडून खेळायला सुरवात केली होती. बदकं आणि कोंबड्या जाळ्यांतून बाहेर पडून पुढच्या गटारीतील घाण खाण्यात गुंग होऊ लागल्या होत्या. सकाळीच एक पाववाला आपल्या भसाड्या आवाजात ओरडत होता. 'पाव घ्या होऽ पावऽऽ ताजे बनपावऽऽ.' पाववाल्याची हाक ऐकताच आंबीनं आपल्या झोपडीचं दार उघडलं आणि पाववाल्याला हाक मारली, "अरे पाववाला, हिकडं ये." आंबीच्या हाकेबरोबर पाववाला आंबीच्या दारात आला. त्याला तिथं थांबवून आंबी आत झोपडीत गेली आणि तिनं चादर बाजूला करून पलंगावर उताण्या पडलेल्या तुकारामाला जोरानं हलवायला सुरुवात केली.

"काय ग ऽऽ?" तुकारामानं खेकसून विचारलं.

"अवं, पाववाला आलाय. तीस पैसं द्या." आंबीनं सांगितलं.

तुकारामानं खिशातले तीस पैसे आंबीच्या हातावर ठेवले. आंबीनं ते देऊन दोन पाव विकत घेतले.

आंबीनं स्टोव्हवरचा चहा खाली उतरवला आणि ती तुकारामाला उठण्यासाठी पुन्हा हाका मारू लागली. थोड्या वेळानं तुकाराम उठला. त्यानं तोंड धुतलं आणि तो चहात बुडवून पाव खाऊ लागला. आंबीनं पाव खाता खाता विचारलं,

"का वं, आज टरकावर जाणार का न्हाय?"

"जायाचं की."

"मग सा-सात दिस का गेला न्हाई?"

“असंच.”

“अवं पन, नोकरीचा परस्न हाय.” आंबी काकुळतीनं म्हणाली.

“असू दे.” तुकाराम बेपर्वाईनं उत्तरला.

त्यानंतर तुकाराम उठला आणि स्वत:च डाळ-भात करून घेतला. आंबी चपातीचं पीठ मळायला बसली. तेव्हा बिडी पेटवायला तुकाराम स्टोव्हजवळ आला. त्याबरोबर त्याच्या तोंडाचा भपकारा आंबीला सहन न होऊन ती सटासटा शिंकायला लागली. तुकाराम बाजूला विडीचा धूर काढत बसून राहिला. आंबीचं डोळं एकदम भरून आलं. हात पिठानं भरल्यानं कोपरानं डोळे पुशीत न राहवून ती उत्तरली,

“अवं, हे तुमाला सोबतं का?”

“काय?”

“सकाळच्या पारी कुठं जाऊन आलायसा घोटून? दारूनं संसाराची राखरांगुळी हुईल.”

“बरं.”

“दारूनं एकादोगाचं वाटुळं केलं का? आमच्या गावचा दादू न्हावी त्यानी असंच एकदा...”

“एऽऽ गप्पऽऽ...” तुकाराम ओरडला, “जास्ती बचबच केल्याली आमास्नी न्हाय सहन हुणार, सांगून ठेवतो. लै शाणी झालीस म्हणून मला बरमग्यान शिकिवतीस काय?”

तुकारामच्या खेकसण्यानं आंबी गप्प बसली. थोड्या वेळानं स्वयंपाक आटोपल्यावर तुकाराम जेवायला बसला. भरपेट जेवणानंतर त्यानं लगेच पथारी पसरली. आंबीला बरंच काही बोलायचं होतं; पण तुकाराम पिऊन एकदम टाइट आहे हे तिनं ओळखलं होतं. म्हणून ती जागच्या जागी गप्प बसली.

आंबीला महात्मा फुले नगरमध्ये येऊन दोन महिने झाले होते. ती आता तुकारामबरोबर संसार करू लागली होती. दोन महिन्यांपूर्वी रामूकाकानं स्वत:च्या खर्चानं नांदगावमध्ये तुकारामाच्या दारात आंबीचं लग्न साध्या पद्धतीनं केलं होतं. आंबीला तुकारामाच्या घरी सोडल्यावर निरोप घेताना मावशीला आणि रामूकाकांना गदगदून आलं होतं. आंबीही त्या दोघांच्या गळ्यात पडून रडली होती. स्वत:चे आई-बाप जे करू शकणार नाहीत, जे करू शकले नाहीत, ते मावशी आणि

काकानं केलं होतं.

आंबी तुकारामाच्या नावानं डोरलं बांधून एकदाची संसाराला लागली. तुकारामचं पोटपाणी फक्त त्याच्या ड्रायव्हरकीवरच चाललं होतं. त्याला चार पोत्याच्यावर जमीन नव्हती. त्याच्या घरीसुद्धा कोणी नव्हतं, त्यामुळं सुरुवातीला आंबीला सुनं सुनं वाटलं होतं; पण आंबीसारखी रूपवती आपल्या पदरात पडलेली पाहून तुकाराम सुखावला होता. लग्नासाठी त्यानं मालकाकडून आधी आठवड्याची रजा काढली, नंतर ती चांगली तीन आठवडे लांबवली. आंबीचं लाघवी हसणं, तिचं लावण्य या सर्व गोष्टींची तुकारामावर विलक्षण मोहिनी पडली होती. त्यामुळं आपण स्वर्गात आहोत की पृथ्वीवर हेच काही त्याला कळत नव्हतं. तो आनंदात बुडून गेला होता.

आंबीसुद्धा आपल्या नव्या संसारात तृप्त होती. आपला नवरा सदा आपल्या भोवती फिरतो हे पाहून तिला अत्यानंद झाला होता. घरात होती तेवढी भांडीकुंडी तिनं ठाकठीक करून व्यवस्थित लावून ठेवली होती. घरातील सारा पसारा ती वेळच्या वेळी आवरीत होती आणि घर नेहमी आरशासारखं स्वच्छ ठेवीत होती. तिनं आपल्या घरासमोर मातीचं तुळशीवृंदावन लावून घेतलं होतं. ती रोज सकाळच्या पारी तुळशीची पूजा करून मगच दिवसभराच्या कामाला लागत असे.

नवरा जरी गरीब असला तरी त्यामध्ये आंबीला कोणत्याही प्रकारचा त्रास वाटत नव्हता; कारण तिला सुखाचा संसार करायचा होता. तिला गरतीप्रमाणं नांदायचं होतं. तिला राहून राहून बाप्पाजींची आठवण यायची व तिचा कंठ दाटायचा. आता बाप्पाजी तिच्या किती जरी विरुद्ध असले तरी ती काही बाप्पाजींना विसरू शकत नव्हती. गुणवंतीनं कसा संसार करावा हे बाप्पाजींनी तिला बाळपणापासून शिकवलं होतं. तेच ती आता आचरणात आणत होती. परमेश्वरानं आपलं भाग्य उजळलं म्हणून ती नेहमी परमेश्वराचे, रामूकाकांचे, मावशीचे आभार मानत होती; पण लग्न होऊन तीन आठवडे झाले असतील-नसतील तोच तुकारामने आपले गुण दाखवायला सुरुवात केली. एक दिवस तो रात्री दारू पिऊन टाइट होऊन आला, त्या रात्री त्याच्या तोंडाचा भपकारा तिला सहन होत नव्हता, तरीही तिला शेजेचा शृंगार साजरा करावा लागला होता; पण मनातून ती रडत

होती. आपल्या नशिबाला दोष देत होती. शेवटी, एखाद्याला असते दारूची सवय, अशी तिनं स्वत:ची समजूत घालून घेतली.

त्यानंतर रजा संपली म्हणून तुकाराम शहरात ट्रकवर निघून गेला. आंबीनं आपला रोजचा नीटनेटका संसार उभा करायला सुरुवात केली; पण दोन-तीन दिवस झाल्यानंतर एके दिवशी तुकाराम ट्रक घेऊन माघारा आला. त्यानं ट्रकमध्ये घरातलं सामान भरायला आंबीला सांगितलं. त्याला आंबीला शहरात ठेवायची होती. आंबीनं त्याचा शब्द प्रमाण मानला आणि सारं सामान ट्रकमध्ये भरलं.

दोघांचा परतीचा प्रवास सुरू झाला. तुकाराम ड्रायव्हिंग करीत होता. त्याच्या शेजारीच आंबी बसली होती. समोरच्या काचेतून फ्रन्टशीटवर बसल्यावर सगळ्या वाटा न्याहाळीत होती. आंबीनं एकदा तुकारामकडं पाहिलं आणि ती त्याला म्हणाली,

"अवं,?

"का गं?"

"ह्यो तुमचा टरक कुणाचा म्हणायचा?"

"मालकाचाच की." तुकारामने सरळपणे उत्तर दिलं.

"दुसऱ्याचा टरक चालविताना तुम्हाला कसंतरी न्हाई वाटत?" तुकारामचा चेहरा न्याहाळत आंबीनं विचारलं.

"म्हणजी?"

"अवं, म्हणजी काय?" आंबी वैतागून म्हणाली, "अवं, आपला सोताचा टरक असावा."

"बघूया जमंल तसं." तुकाराम बोलला.

"अवं जमल तसं का? तुमी टरक घ्याच. आपला टरक झाला की आपन याक घर बांधू. आपूण दोघं हाय तंवर कसंबी ऱ्हाऊ; पर घरात उद्या एकादं तिसरं माणूस वाढलं तर त्येला नाचायला घर पुरायला नगं का?"

"बरं, बघू.. बघू.." लाडीक हसत तुकाराम बोलला.

त्यानंतर दोघंही फार खळखळून हसली. आंबी तर पुन्हा लाजून चूर झाली. आपल्या नव्या संसाराविषयीचे बरेच आडाखे तिने तुकारामला सांगितले. तुकारामनंही बरंचसं काही ऐकून घेतलं, तेव्हा सर्व गोष्टी कशा सूराला लागल्याचं समाधान आंबीला लाभलं.

पण, एकदा शहरात येऊन आंबीनं जेव्हा महात्मा फुले नगर पाहिलं, तेव्हा तिला त्या बकाल वस्तीची फार शिसारी आली. ती जेव्हा ट्रकमधून खाली सामान उतरवीत होती, तेव्हा आजूबाजूच्या झोपड्यांपुढून नाचणारी आणि आठ-दहा दिवस अंघोळ न केलेली उघडी-नागडी मुलं, गटारीतील घाण वाटेत आणणाऱ्या कोंबड्या व बदकं, सर्वत्र विनाकारण माजलेला गोंगाट हे सारं काही आंबीच्या खेडूत मनाला नवीन होतं. ज्या वेळी आंबी ट्रकमधून सामान खाली उतरवीत होती, तेव्हा तुकारामाचं बिऱ्हाड बघायला झोपड्याझोपड्यांमधील माणसं कौतुकानं बाहेर आली होती. कोपऱ्यावरच्या पानपट्टीजवळ दाडंखाली पान चघळता चघळता म्हमद बैदावाला कासम्याला म्हणत होता–

"लेका, देखा क्या रे! छोकरी है या कबुतर?"

"कबुतरच, पर इधरका नही। बिलकुल जंगल का रे!" कासम्या त्याला उत्तर देत होता.

तुकारामानं आपलं सारं सामान खोलीत उतरवलं. तुकारामाचं बिऱ्हाड पाहून सारी झोपडपट्टी बावरली होती. तुकारामसारख्या दळभद्री ड्रायव्हरच्या पदरात आंबीसारखं रत्न कसं पडलं हेच कोणाला कळत नव्हतं.

आंबीनं आपल्या झोपडीत प्रवेश केला आणि ती बावरून गेली. ती कुडाची झोपडी राहण्यासाठी वापरायची, हे सारंच काही तिला नवीन होतं; पण तिनं धीर सोडला नाही. सारं सामान जिथल्या तिथं लावून घेतलं. नेहमी चौसोपी वाड्यात वावरलेल्या आंबीला वीस बाय वीसच्या झोपडीत वावरणं खूप कठीण जात होतं; पण त्याला इलाज नव्हता. आहे त्या फाटक्यातुटक्यात संसार करायला आंबी तयार होती. दुसऱ्या दिवसापासून तुकाराम कामावर जाऊ लागला. ट्रकने निरनिराळ्या भागांत खेपा कराव्या लागत असत. त्यामुळे तो एक-दोन दिवसांनी घरी यायचा. आंबीला ती सगळी दुनिया नवीन होती, त्यामुळं आंबी बावरून जाईल म्हणून शेजारच्या मुमताज भाभीशी तुकारामानं तिची ओळख करून दिली होती. आंबी भाभीच्या झोपडीत जायची; पण जाईल तिकडं तिच्याकडं आसुसलेल्या डोळ्यांनी पाहणारी माणसं कमी होत नव्हती. इथल्या माणसांचा रंगच न्यारा होता. ती सगळीकडं पाहत राहायची.

आंबी आपल्या झोपडीतून सहजासहजी बाहेर पडायची नाही. कोणाबरोबर जास्त संबंधही ठेवायची नाही. काही लागलं सवरलं तर ती मुमताज भाभीकडून मागून आणायची. एकदा झोपडीत ती आली म्हणजे दार लावून आत ती तिचं काम करत बसायची; पण झोपडपट्टीतील बरीच उंडगी पोरं तिच्या दाराच्या आसपास फिरत राहायची. शीळ घालायची. सिनेमातील अचकटविचकट गाणी म्हणायची. मध्ये त्यांना मुमताज भाभीनं आयमायवरून शिव्या दिल्या होत्या. भाभीपुढं कुणाचं काही चालायचं नाही. सारी पोरं तिच्या बोलांबरोबर गप्प व्हायची.

आंबीनं मार्केटमधून एक विठ्ठल-रखुमाईचा फोटो आणून कुडाच्या भिंतीवर लावला होता. ती रोज त्या फोटोची पूजा करायचीच; पण दिवसातून कितीतरी वेळा आंबी त्या देवतांना हात जोडायची. रात्री-अपरात्री आंबीला झोपडीत एकटीला खूप भीती वाटायची म्हणून ती दाराला पाटा आणि दुसरं काहीतरी लावायची. दारू पिऊन हाणामारी, शिवीगाळ, रडारड काही ना काही त्या झोपडपट्टीत रोज चालायचं. शिवाय बाजूच्या रस्त्यानं जाणाऱ्या मोटारी, बसेस... मध्यान रात्र झाली तरी वर्दळ चालू असायची. त्यामुळं आंबीला लवकर झोप लागायची नाही. रात्री तुकाराम शेजारी असला म्हणजे तिला बरं वाटायचं.

लहानपणापासून बाप्पाजींनी तिच्या मनावर बिंबवलेले संस्कार काही कमी होत नव्हते. समोर तुळशी वृंदावनाला जागा नव्हती तरी तिनं डालडाच्या डब्यात तुळस लावली होती. सकाळी सहाच्या दरम्यान ज्या वेळी ती भाविकपणे तुळशीची पूजा करायची तेव्हा शेजारी तिला हसायचे.

तुकाराम आंबीला कधी जास्त पैसे द्यायचा नाही; पण आहे तेवढ्यात ती भागवण्याचा प्रयत्न करायची. एखाद्या वेळी उपाशी राहायला लागलं तरी तिची तक्रार नसायची.

आंबी आल्यानंतर पहिले पंधरा-सोळा दिवस तुकाराम ट्रकवर गेला होता; पण अलीकडं आठ दिवसांपासून तो ट्रककडं कुठं फिरकलाच नव्हता. तो रोज सकाळी आठ वाजता चहा पिऊन बाहेर पडायचा ते दुपारी जेवण करायला झोपडीत परतायचा. त्यानंतर एक-दीडला तो निघून जायचा तो सरळ रात्री बारा-एक वाजता परत फिरायचा. चार दिवसांनंतर तो गुलाबभैयाच्या दुकानात जाऊन मटका खेळतो, हे

आंबीला मुमताज भाभीनं सांगितलं. ती भयंकर बातमी कळताच आंबीला धक्का बसला. ती आपल्या भविष्याचा विचार करू लागली. तुकारामचं रोज दारू पिणं आणि मटका खेळणं हे तिला सहन होणारं नव्हतं; पण तिला एकदम बोलण्याचं धाडस होत नव्हतं. जुगार खेळायला तुकाराम कुठला पैसा वापरतो हे तिला माहीत होतं. तो रामूकाकानं लग्नात दिलेला हुंडा उधळत होता. ती मूग गिळून गप्प बसत होती.

हे असं किती दिवस चालायचं याचा विचार करत एका जाग्याला आंबी बसून राहिली होती. इतक्यात तुकाराम जागा झाला आणि या कुशीवरून त्या कुशीवर वळवळू लागला. आंबीला राहवलं नाही. ती पुढं झाली आणि तुकारामाच्या उशाशेजारी सरकली. त्याच्या केसांतून हात फिरवू लागली. आंबीच्या स्पर्शानं तुकारामही सुखावला. मग आंबीनं हळूच विषयाला सुरुवात केली,

"अवं..."

"का गं?"

"आजपास्नं टरकवर जावा. असं किती दिस पडून ऱ्हाल वं?"

आंबीच्या बोलांबरोबर तुकाराम कसा काय जागेवरून उठला कुणास ठाऊक! पण लगेच विजार आणि शर्ट घालून तो बाहेर पडला. बाहेर पडताना "आजपास्नं गाडीवर जानार" असा शब्द देऊन गेला. आंबीला समाधान वाटलं. तिनं विठ्ठल-रखुमाईच्या फोटोला भक्तिभावानं हात जोडले.

संध्याकाळी तिनं टोमॅटोचं झणझणीत सांबार केलं; पण भात करायला तिच्याकडे तांदूळ नव्हते. नवरा कामावरून आलाच तर त्याला चांगलंचुंगलं खाऊ घालावं म्हणून तिनं समोरच्या झोपडीतील सलमाकडून चिपटंभर तांदूळ उसने आणले आणि भात शिजवला. त्यातच भाभीनं बैद्याचं सांबार तिच्याकरता आणून दिलं. तिनं ते तसंच तुकारामकरता बाजूला ठेवलं आणि ती आपल्या नवऱ्याची वाट पाहत बसली.

थोड्या वेळानं तुकाराम झोकांड्या खात झोपडीत आला. आल्या आल्या त्यानं एकदम आंबीला शिव्याच घालायला सुरुवात केली– "च्यायला आंबेऽऽ माझ्याबर लगीन करायला तुला कुनी सांगितलं हुतं ग भवाने? सालीऽऽ मादरचोदऽऽ लगीन करतीयाऽऽ..." असं म्हणतच

तुकाराम आत आला आणि त्यानं चुलीवरचा भात पायानं खाली जमिनीवर ढकलून दिला. सांबाराचं भांडं बाजूला फेकून दिलं. आंबी आडवी झाली आणि मोठ्यानं ओरडू लागली–

"अवंऽ काय झालं हे असं तुमाला? काय झालंऽऽ?"

"बोलू नगंस... पांढऱ्या पायाची रांडऽऽ... " तुकाराम ओरडला, "तू माज्या घरात आलीस आणि माजी नोकरी गेली."

"कायऽ नोकरी गेली?" आंबीनं मोठ्यानं किंचाळून विचारलं.

"व्हय ऽऽ तुज्यामुळंच गेली."

शिव्या देऊनही तुकाराम थांबला नाही. त्यानं कोपऱ्यातली काठी उचलली आणि तो आंबीला गुरासारखं बडवू लागला. आंबी मोठमोठ्यानं ओरडू लागली. सलमा, मुमताज भाभी, शंकराण्णा इत्यादी शेजारी धावले आणि त्यांनी तुकारामला आवरलं; पण काही केल्या तुकाराम थांबत नव्हता. त्याला सर्वांनी कसंतरी झोपडीबाहेर काढलं. जाताना तो मोठ्यानं ओरडला,

"साले ऽऽ तुज्यामुळं माझी नोकरी गेली. उद्यापासून तू काम कर आणि मी बसून खानार ऽऽ.."

आंबीच्या डोक्यातून रक्त वाहू लागलं होतं. भाभी खाली बसली आणि आंबीच्या डोक्याचं रक्त पुसू लागली. त्याबरोबर आंबीला उमाळा आला. ती गळा काढून म्हणाली, "भाभे ऽऽ काय ग हे माजं नशीब? आता मी काय करू ग ऽऽ..."

त्याबरोबर भाभी तिची समजूत काढू लागली. तिच्या पाठीवरून ती मायेनं हात फिरवू लागली. ती आंबीला म्हणाली,

"बेन, ह्यो तुजा दादला असाच करायचा गं."

"मग मी काय करू वं भाभी?"

"तू माजं ऐक." भाभी बोलली, "ह्यो काय तुला जगवायचा न्हाई. तू काय तरी काम कर."

"काम केलं असतं वं; पर मला हिथली म्हाईती न्हाय. मी कुणापाशी मागू काम?" आंबी असहाय्य होऊन म्हणाली.

"मी देते की काम."

"कुठं?"

"बेकरीत."

# २३

भाभी आणि सलमाबरोबर रस्त्यानं चालताना आंबी बावरली होती. रिक्षा, सायकल, बस, मोटारी यांच्या गर्दीतून रस्ता काढताना ती बावचळली होती; पण तिच्याबरोबर असलेल्या सलमा आणि भाभी तिला सांभाळून नेत होत्या. दोन-तीन मोठे रस्ते पार केल्यानंतर सगळ्याजणी एकदाच्या बेकरीजवळ येऊन पोहोचल्या. एका सहकारी संस्थेची ती बेकरी होती. बेकरीची इमारत पाहून आंबी गांगरून गेली; पण दुसऱ्याच क्षणी आतून येणारा आट्याचा घाण वास नाकात शिरताच तिनं नाकाला पदर लावला. तिला थोडं चक्कर आल्यागतही झालं.

इमारतीच्या आत एका बाजूला बेकरीचं ऑफिस होतं. त्या ऑफिसात भाभी आंबीला घेऊन गेली. पांडू मुकादम टेबलावरील रजिस्टरमध्ये काहीतरी लिहीत होता. त्याच्यासमोर जाऊन भाभी म्हणाली,

"मुकादमसाहेब, ह्या आंबीला इथं आटा मळायला ऱ्हाऊ द्या वं."

"सध्या जागा शिल्लक न्हाई." खाली पाहतच मुकादम उत्तरला.

"अवं पर, गरीब हाय. ह्या बिचारीकडं बघा तरी."

मुकादमनं समोरच्या रजिस्टरमधून मान वर काढली आणि एकदम त्याला झटका बसल्यासारखं झालं. चष्म्याच्या काचांतून तो आंबीकडं पाहतच राहिला. आंबीचं ते लयबद्ध शरीर, गोरापान चेहरा आणि तारुण्य याची त्याच्यावर विलक्षण छाप पडली. तो गरिबाप्रमाणे चेहरा करून म्हणाला,

"गरीब हाय व्हय? अच्छा, अच्छा! कोई बात नही! अरे, आपली बेकरी गरिबासाठीच आहे. बाई, तुमी आजपासून या कामावर."

मुकादमानं नोकरी देताच आंबीला फार आनंद झाला. सकाळपासून

ती त्याच काळजीत होती. रात्रभर विचार करून तिनं बेकरीमध्ये नोकरी करायचं ठरवलं होतं. आता तुकारामावरचा भरवसा संपला होता. पोटपाणी जाळण्यासाठी काहीतरी व्यवसाय करावा लागणार होता. त्यामुळंच तिनं ही नोकरी करायचा निर्णय विचारपूर्वक घेतला होता.

भाभी आणि सलमाबरोबर आंबी कामाला लागली. समोरचा आटा घेऊन ती मळू लागली. तिला आट्याचा वास काही केल्या सहन होत नव्हता; पण त्या गोष्टीला इलाज नव्हता. पहिले दोन तास तिनं हौसेनं काम केलं; पण नंतर ते तिला जाचू लागलं. आदल्याच रात्री तुकारामानं तिचं सारं अंग बेदम चोपून काढलं होतं, ते कमालीचं दुखत होतं. त्यात आत्ताचे कष्ट तिला सहन होत नव्हते; पण जिवाच्या जोरावर ती ते काम कसंबसं रेटीत होती.

दुपारची सुट्टी झाली. सगळ्या बायांनी आपापला डबा आणला होता; पण आंबीचा डबा नव्हता. सलमा आणि भाभी तिला बाजूच्या व्हरांड्यात घेऊन गेल्या. तिथं साऱ्याजणी जेवायला बसल्या. भाभीनं आंबीला आपल्याच डब्यात जेवायला लावलं. जेवता जेवता ती आंबीला म्हणाली,

"आंबू बेन, तू रोज माज्याच डब्यात जेवायचं बरं."

जेवणानंतर थोडा विसावा खाऊन परत कामाला सुरुवात झाली. इतर बायकांना कामाचा रोजचा सराव असल्यानं त्यांना उरक होत होता; पण आंबी या कामात नवीन होती. त्यामुळं तिच्यानं काम आटपत नव्हतं. एकदाची पाळी संपली आणि आंबी इतर बायकांबरोबर बाहेर पडली, तेव्हा दारात पांडू मुकादम उभा होता. आंबीनं त्याच्या नजरेतला फरक बरोबर ताडला होता. दुपारी एक-दोन वेळा येऊन तो आंबीला न्याहाळून गेला होता.

आंबी थकून परत झोपडपट्टीत आली. दिवसभराच्या कामानं तिला थकवा आला होता. तिनं कसाबसा स्वयंपाक आटोपला व ती झोपी गेली. आंबी रोज बेकरीत कामाला जाऊ लागली. त्या रात्री मारामारी केल्यापासून तुकाराम कुठं गडप झाला होता तो चार दिवस परत आलाच नाही.

तिथं महात्मा फुले झोपडपट्टीत चार खोल्यांची एक मराठी शाळा होती. म्युनिसिपालटीच्या मालकीची ती शाळा मोखाड्याहून अधेमधे

रखुमाबाई नावाच्या समाजसेविका यायच्या. मुंबईत काही सामाजिक कामं असली की, त्यांचा रात्रीचा मुक्काम त्याच शाळेत असायचा.

सत्तरीतल्या, काटक शरीरयष्टीच्या रखुमाबाई, त्यांचं व्यक्तिमत्त्व प्रभावी होतं. रुईच्या कापसासारखे पांढरेफेक केस. जुन्या वळणाची नऊवार दुटांगी सुती साडी आणि कोपरापर्यंत पांढरा पोलका. त्यांचे डोळे खूप बोलके होते.

आजूबाजूचे लोक सांगायचे, रखुमाबाईंनी मोखाड्याच्या गरीब आदिवासी बालकांसाठी एक आश्रमशाळा सुरू केली आहे. या शाळेत अनेक मुले राहतात. त्यांना धान्य, कपडेलत्ते आणि औषधे मिळविण्यासाठी रखुमादेवी अनेकदा मुंबई भागात येतात. बालकांसाठी आर्थिक मदत आणि धनधान्य गोळा करतात.

नेहमीप्रमाणं आंबी एक दिवस भाभी आणि सलमाबरोबर झोपडपट्टीत संध्याकाळी कामावरून परत आली; पण आपल्या झोपडीपर्यंत पोचायच्या आधीच ती रस्त्यात एकदम मटकन बसली. काय झालं म्हणून भाभी एकदम पुढं धावली, तर आंबी पोटात दुखतंय म्हणून कळवळत होती. भाभीनं तिला आपल्या झोपडीत नेलं. तोच तिला ओकाऱ्यावर ओकाऱ्या येऊ लागल्या. तिचा चेहरा घामानं डबडबला; पण तिच्या ओकाऱ्या काही कमी होत नव्हत्या. शेवटी कशाबशा ओकाऱ्या थांबल्या तेव्हा कुठं आंबीला हायसं वाटलं. भाभीचा नवरा उस्मान म्हातारा हे सारं पाहत होता. त्याच्या नजरेतून तो प्रकार सुटला नाही. तो भाभीला म्हणाला,

"मुमताज, छोकरी सबर हाय बघ. दुसरं काय नाय."

"सच?" भाभीनं हरकून विचारलं.

मग भाभीनं कौतुकानं आंबीला कुरवाळायला सुरुवात केली. आंबी गरोदर आहे हे ऐकून तिच्या आनंदाला उधाण आलं. तिनं आंबीला चहा करून दिला आणि आंबीला तिच्या झोपडीत पोचवली.

आपण गरोदर आहोत हे ऐकून आंबीला अत्यानंद झाला. तिच्या रोमारोमातून नव्या संवेदना संचारल्या. तिनं स्वयंपाक कसा केला ते तिचं तिला कळलं नाही. ती पुरती हरखून गेली होती. तिच्या मनात नाही नाही ते विचार येत होते. आणि ती गालाच्या कोपऱ्यात खुदुखुदु हसत होती. अनेक दिवसांपासून मनामध्ये असणारी एक भावना आता

फलद्रूप होणार होती. या घटनेनं तिला गगन ठेंगणं वाटत होतं. जेवता जेवता तिला तुकारामाची सय आली आणि तिचा घास जागच्याजागी अडखळला. आज जर तुकाराम घरात असता आणि त्याला जर आपण ही आनंददायक बातमी सांगितली असती तर त्याला किती आनंद झाला असता! पुढील मधुर स्वप्नांच्या धुंदीतच ती झोपी गेली. तिचा डोळा लागला असेल-नसेल तोच तिच्या दारावर टक्टक् होऊ लागली. आंबी उठेना हे पाहून तुकाराम दार जोराने वाजवू लागला. दारावर लाथा घालू लागला. आंबी झटक्यात जागी झाली आणि म्हणाली, ''कोन हाय?''

''मी...'' तुकाराम ओरडला.

आंबीनं आवाज ओळखला आणि ती दार उघडायला धावली. दार उघडताच दारूचा दर्प तिच्या नाकात घुसला आणि मघापासूनच्या तिच्या आनंदाची माती झाली.

तुकाराम आत आला आणि जेवायला मागू लागला. आंबीनं मुकाट्यानं स्टोव्ह पेटवला. जेवण नाही हे पाहून तुकाराम वैतागला आणि आंबीला रागाच्या भरात लाथा घालू लागला. आंबी जोरजोरानं ओरडू लागली. तोच शेजारच्या आयाबाया धावून आल्या. भाभी मध्ये पडली; पण तुकाराम काही केल्या ऐकेना. तेव्हा भाभीचा नवरा उस्मान धावत आला आणि सुरा घेऊन तुकारामच्या अंगावर गेला. सुरा पाहून तुकाराम थरथरला. त्याची गळपट्टी धरून उस्मान ओरडला,

''अबे साल्या, औरतला परत धक्का लावशील का?''

''न-नाय-नाय-''

''साल्या, औरत सबर असताना, तिला धक्का लावतोस?''

''का-काय? सबर हाय?'' तुकारामनं आश्चर्यानं विचारलं.

''ध्यानमे रखो, या सुऱ्याशी आणि माझ्याशी गाठ आहे, साल्या,'' उस्मान दम देऊन म्हणाला.

त्यावर तुकाराम गप्प पडला. सारे शेजारीपाजारी निघून गेले. तुकारामनं दाराला अडसर लावला आणि आंबीला छातीबरोबर धरून तो दारूच्या नशेतच बरळू लागला, ''आंबेऽऽ माजी चूक झाली, ती माज्या पदरात घाल! फिरून मी न्हाय असं करणार. तू गरवार असताना आज मी चांडाळ काय करीत हुतो गं? पुन्ना न्हाय असं

करणार. उद्यापासनं मी कामावर जानार आणि तू नुसतं बसून खायाचं. काय गं?... नुसतं बसूनऽऽ..''

त्यानंतर भोळी आंबी तुकारामच्या खांद्यावर पडली आणि बराच उशीर रडली.

सकाळी चहा पिऊन तुकाराम बाहेर पडला. अकराला आंबी कामाला जायच्या आधी तो आला. आंबीनं त्याच्या तांबिरलेल्या डोळ्यांवरून आणि झोक देणाऱ्या शरीरावरून काय ओळखायचं ते ओळखलं. तिनं मुकाट्यानं त्याला जेवायला घातलं आणि ती बेकरीतल्या कामासाठी बाहेर पडली.

आंबीचं बेकरीतलं काम सुरूच होतं. तुकाराम दोन दिवस झोपडपट्टीत असायचा, तर पाच-सहा दिवस कुठं बाहेर जायचा, हे काही कळायचं नाही; पण लवकरच आंबीला हेही गुपित माहीत झालं. एखाद्या ट्रकवरचा ड्रायव्हर रजा घेऊन कुठं गावाला गेला तर त्या मुदतीत तुकाराम त्या ट्रकवर राहायचा व तो 'हंगाम' मारून बाहेरच्या बाहेर चैनी करायचा. जेव्हा त्याचा पैसा संपायचा आणि कुठं काही काम नसायचं तेव्हा तो झोपडपट्टीत परतायचा. आंबीचा पगार एक महिन्यानंतर व्हायचा होता; पण त्याच्या आधी तुकारामाच्या चैनीला काही पैसा नव्हता. तेव्हा त्याने चांगली चांगली चार भांडी होती ती नेऊन बाहेर विकली. शेवटी विकण्यासारखं काही नाही म्हणून त्यानं आंबीचं मंगळसूत्र हिसकावून नेऊन मोडलं. आंबीच्या गळ्यात फक्त चार काळे मणी राहिले; पण आंबी सारं काही जिवाच्या जोरावर सहन करत होती. मनावर धोंडा ठेवून होती. पोटी एखादं पोर जन्माला आलं तर त्याला सांभाळीत जन्म काढता येईल, अशी तिची धारणा होती. म्हणूनच ती कोंड्याचा मांडा करून दिवस काढत होती.

अखेर आंबीच्या पगाराचा दिवस उजाडला. दिवसभर काम करताना तिचं सारं लक्ष पगाराकडं लागून राहिलं होतं. पगार झाल्यावर तिला बऱ्याच काही नवीन वस्तू खरेदी करायच्या होत्या. शिवाय पैसा न उडवता आता बाळंतपणासाठी काही राखून ठेवायचा होता.

अलीकडं गरोदर राहिल्यापासून आंबीच्या कायेत बराचसा फरक पडला होता. ती पूर्वीपेक्षा अधिक रेखीव आणि बांधेसूद दिसू लागली होती. तिच्या सर्वांगामध्ये पूर्वीपेक्षा अधिक डौलदारपणा आला होता.

त्यामुळं ती पाहताक्षणीच कुणाच्याही नजरेत भरत होती. तिच्याकडं पाहिल्यावर पांडू मुकादम तर नेहमी ओठांवरून जीभ फिरवीत होता.

संध्याकाळी पाळी सुटल्यावर सर्व बायकांचा पगार पांडू मुकादम देऊ लागला. सर्वांचा पगार देऊन झाला. भाभीचा आणि सलमाचा पगार देऊन झाला तरी त्या दोघी आंबीसाठी थांबल्या होत्या, ते पाहून मुकादम म्हणाला, "बायांनो, जावा तुमी. ह्या पोरीचा ह्यो पयलाच पगार आहे. तवा दोन-चार रजिस्टरांत नोंद केली पायजे."

भाभी आणि सलमा तिथून निघून गेल्या. उरलेल्या दोन बायकांचा पगार मुकादमानं दिला. त्यानंतर आंबीची पाळी आली. त्यानं दोन-तीन मोठी रजिस्टरं बाहेर काढली आणि काही न लिहिता उगाचच इकडं-तिकडं चाळली. मग त्यानं दीडशे रुपयांच्या नोटा आंबीच्या हातावर देत म्हटलं, "ह्यो तुजा गेल्या म्हैन्याचा पगार."

आंबी नोटा मोजू लागली तोच मुकादम शंभर रुपयाची नवी करकरीत नोट तिच्यासमोर धरीत म्हणाला,

"हे शंभर रुपये घे."

"हे कसलं?" आंबीनं विचारलं.

"कसलं?"

मुकादमानं चटकन पुढं होऊन आंबीचा हात गप्पकन आपल्या हातात पकडला. त्याबरोबर आंबीनं त्याला हिसडा दिला; पण मुकादम तिला जवळच ओढू लागला, त्यासरशी आंबी जोरजोरानं बोंबलली. इतक्यात सलमा आणि भाभी आत आल्या आणि त्यांनी चपला काढून मुकादमाला बडवायला सुरुवात केली. त्याबरोबर मुकादमानं आंबीचा हात सोडला. सलमानं आणि भाभीनं मुकादमाला चांगलाच शेकून काढला. मुकादम ओशाळून जागच्या जागी उभा राहिला. त्याच्या मुस्काटात मारून भाभी म्हणाली,

"तुला सोबतंय का रं बुढ्ढ्या? तुजी छोकरी हिच्याएवढीच मोठी आसंल. तुजी छोकरी सबर असल्यावर आसलं काय केलं असतंस का रे?"

मुकादम जागच्या जागी गप्प उभा होता.

"पुन्हा असला फालतुकपणा केलास तर पोलिसांत खेचीन हां." भाभीनं दम भरला.

नंतर भाभी, सलमा व आंबी झोपडपट्टीत परतल्या. आंबी झोपडीत येऊन पाहते तर तुकाराम हजरच होता. आंबीला आल्या आल्या त्यानं प्रश्न केला,

''आज पगार हुता नव्हं?''

''तुमास्नी कसं म्हाईत?'' आंबी भांबावली.

''ते मागनं सांगतू. आधी पैसं काढऽऽ..''

तुकारामनं न मागता आंबीच्या हातून सरळ पन्नास रुपये हिसकावून घेतले आणि तो बाहेर पडला. सर्व पैशांची वाट लागायला नको म्हणून आंबीनं पन्नास रुपयांचं धान्य भरलं आणि पन्नास रुपये बाळंतपणात असावेत म्हणून भाभीजवळ ठेवायला दिले.

अशा तऱ्हेनं दर महिन्याला कार्यक्रम ठरून गेला. आंबी राबत होती. तुकाराम भटकंती करत होता. मारझोड करून आंबीकडून पैसे काढून घेत होता. त्यावर चैन करीत होता. आंबी पोटाला चिमटा लावीत होती आणि उरलेला पैसा भाभीच्या हवाली करीत होती.

त्याच दरम्यान पलीकडे मराठी शाळेत रखुमादेवीचा मुक्काम होता. त्यांना आंबी आणि तिचा बेवडा नवरा तुकाराम यांच्या संसाराच्या परवडीची कल्पना आली असावी. सकाळी बाहेर पडता पडता वाटेत आंबी दिसली. रखुमादेवींनी तिच्याकडे मोठ्या दयाभावाने बघितलं. मधेच थांबवलं. तिच्या खांद्यावर प्रेमाने हात ठेवत रखुमादेवी बोलल्या,

''आंबू ऽ बाळ, तुला जेव्हा गरज पडेल तेव्हा ये माझ्याकडे.''

''कुठं?''

''आमच्या मोखाड्याच्या आश्रमशाळेत.''

''माई, पोटात अंकुर वाढतोय. खरंच, जीव तीळ तीळ तुटतो. त्या नव्या पाहुण्याचं आणखी काय करू? बुद्धी नाय चालत.''

''मी त्या जंगलात शेकड्यानं बालकं सांभाळते. त्यात तुझ्यासारखी जिद्दी पोर माझ्या मदतीला आली तर हवीच आहे.''

''पण माई, नव्यानं येणाऱ्या बाळाचं कसं करायचं?''

''चिंता नको करूस पोरी. स्वत:च्या लेकरासोबत इतर बालकांना वाढवताना तुला खूप मोठं आत्मिक समाधान मिळेल. ते तराजूत तोलता यायचं नाही.''

हळूहळू आंबीला बेकरीत काम होईनासं झालं. तिचं सारं अंग जड

होऊ लागलं होतं. पोटही मोठं दिसू लागलं होतं. ती तशाही स्थितीत बेकरीत काम करत असल्याचं पाहून साऱ्या बायका आश्चर्य करीत होत्या. आंबीला सातवा महिना लागला आणि भाभीनं तिला काम बंद करायला लावलं. आंबीचा पगार लुटल्यावर आठवड्यानं एके रात्री तुकाराम तिच्याकडं बळजबरीनं पैसे मागू लागला. 'बेकरीतलं काम सोडलं असून आपल्याकडं एक पैही नसल्याचं' आंबी तुकारामला विनवून सांगू लागली; पण त्यानं काहीच ऐकलं नाही. त्यानं आंबीला जोरात लाथ मारली. त्याबरोबर आंबी धाडकन खाली आदळली. ती गुरासारखी ओरडू लागली. तुकाराम तिला लाथा घालू लागला; पण पहिली ताकद आता तिच्यात राहिली नव्हती. ती मोठमोठ्यानं ओरडू लागली.

इतक्यात शेजारी धावत आले. उस्मान मुलाणी आणि शंकरण्णा पुढं धावले. त्यांनी तुकारामला ओढून बाहेर काढला. दोन-तीन वेळा वर उचलून खाली आपटला. नंतर त्या दोघांना आणखी दोघं येऊन मिळाले. चौघांनी त्याला उचलला आणि शेजारच्या पुलाजवळ नेऊन पिसाळलेलं कुत्रं धोपटावं तसा बेदम धोपटला. तुकाराम कळवळून ओरडू लागला. त्याला शेवटची लाथ मारून उस्मान बोलला,

"लेका, औरत बाळंत होईपर्यंत हिकडं फिरकलास तर तुजी मर्डर झालीच म्हणून समज."

तुकारामची व्यवस्था लावून चौघे परत आले, तरी आंबी इकडे रडत बसली होती. ती हुंदक्यावर हुंदके देत होती. म्हातारा उस्मान खाली बसून तिची समजूत घालू लागला, तेव्हा आंबी रडत विचारू लागली,

"माजा नवरा कुठाय वो? कुठं घालिवलासा त्येला? कसं केलं तरी त्यो माजा कुकवाचा धनी हाय वोऽऽ!"

"फिकीर मत करो आंबू," उस्मान बोलला, "तू आता सुखात ऱ्हा. तू बाळंत होईपर्यंत त्येची तकलीफ नगो म्हणून त्याला आमी योग्य जागी पोचविला. तू फिकीर मत कर!"

# २४

आपल्या झोपडीत आंबी पोरीला मांडीवर घेऊन पाजीत होती. गुंजेसारख्या डोळ्यांची, गोरीपान आणि बाळसेदार लक्षी आपल्या आईचं दूध डोळे झाकून पीत होती. दूध संपल्यावर आपला इवलासा जबडा पसरून लक्षी ट्यांहा ट्यांहा करू लागली, तेव्हा आंबी पोरीला जोजवून "न्हाय न्हाय, ती बघ चिमणीमावशी, त्यो बघ कावळेकाका..." असं म्हणून समजावू लागली. तेव्हा थोड्या वेळानं लक्षी शांत झाली. मग आंबी जोरजोरानं भाभीला हाका मारू लागली, "भाभी... भाभी... जरा इकडं या...!" पण भाभीला काही हाका ऐकू जाऊ शकल्या नाहीत, तेव्हा आंबी पोरीला घेऊन भाभीच्या झोपडीत गेली. आंबीला दारात पाहताच जेवणावर बसलेली भाभी हात धुऊन बिगी बिगी पुढं आली आणि आंबीवर खेकसून म्हणाली,

"आंबू... तुजं प्वार अजून तीन आठवड्याचं न्हाय आणि वाऱ्यातून का फिरतेस ग?"

"भाभी, तुमास्नी एक इचारायचं हाय."

"काय ग?" पोरीला आपल्या हातात घेऊन भाभी आंबीला विचारू लागली.

"त्येंचा पत्ता कुठं लागला का?"

"लागेल गं बाई..." भाभी म्हणाली, "तुजा दादला काय गाव छोडून कुठं गया नही. परसू बशीरनं उसकू देखा था. क्यूँ फिकीर करती गं?"

"फिकीर हेच्यासाठी भाभी -" आंबी डोळ्यांत पाणी आणून म्हणाली, "कसला जरी असला तरी नवऱ्याबिगार आमा मराठ्यात

घराला सोबा न्हाई बघा. त्यो पिऊन कायबी करू द्या. दोन म्हयनं त्येनं कुठं काढलं असतील कुणास ठावं?''

''मिळंल ग, तुजं उस्मानबाबा आज त्याच्यासाठीच गावात गेल्यात. फिकीर मत कर.''

''आलं म्हंजी बरं...'' सुस्कारा टाकून आंबी बोलली.

भाभी दोन्ही पाय पसरून खाली बसली. तिनं आंबीच्या लक्षीला आपल्या दोन्ही पायाच्या मध्ये झोपवली आणि ती तिला दूध पाजू लागली. आंबी तिच्याकडं पाहत उदास चेहऱ्यानं बसून राहिली.

आंबी बाळंत होऊन आज तीन आठवडे झाले होते. तिचं बाळंतपणाचं सारं काही भाभीनं पाहिलं होतं. भाभीच्या जोडीला सलमाही होती. पुरुषांची सारी कामं उस्मानचाचा पार पाडीत होता. आंबीचा आणि त्यांचा धर्म एक नव्हता; पण धर्म एक नसला तरी रक्ताची आईमाई करणार नाही, असं त्या दुसऱ्या धर्माच्या माणसांनी आंबीसाठी केलं होतं. गेला दीड महिना आंबी त्यांच्याच हातचं जेवण जेवत होती. आंबीच्या बाळंतपणाच्या आधीपासून तिला जे काही लागेल ते त्यांनी पुरवलं होतं. आंबीला गरोदरपणात काही गोडधोड, तिखट खाऊ वाटलं तर तेही पुरवलं होतं.

आंबी बाळंत झाल्यावर तर चार रात्री भाभी तिच्याकडंला डोळ्यांत तेल घालून बसून राहिली होती. बाळंतपणासाठी आपण जांभूळगावाला जावं, असा विचार प्रथम आंबीच्या मनात आला होता; पण आधीच तिच्यामुळं रामूकाकांना आणि मावशीला थोडे का कष्ट उपसावे लागले होते? आत्ता यामध्ये पुन्हा भर नको म्हणून आंबीनं तो विचार रद्द केला. नंतर मावशीला काही दिवसांकरिता बोलावून घ्यावी, असा विचार तिच्या मनात आला होता; पत्र घालावं असंही वाटंत होतं; पण भाभी आणि सलमा तिच्या मदतीला धावल्यावर तिला कसलीच उणीव भासली नाही.

आंबी जेव्हा बाळंत झाली, तेव्हा आपल्या पोरगीचा मुखडा पाहिल्यावर तिला सात जन्माचं समाधान लाभलं. तिच्या आनंदाला पारावारच राहिला नाही. आता आपल्या पोरीसाठी ती उभं आयुष्य काढायला तयार होती. तिच्या साऱ्या इच्छा परमेश्वरानं तृप्त केल्या होत्या. त्यामुळं आता ती इथून पुढं पोरीसाठी सारे कष्ट उपसायला

तयार होती.

आंबी किती जरी आनंदात असली तरी तिला बाप्पाजींची आठवण आल्याशिवाय राहत नव्हती. हेच भाग्य जर तिला पहिल्या लग्नाच्यावेळी मिळालं असतं तर? तर बाप्पाजींनी तिच्यासाठी काय वाटेल ते केलं असतं... पण आंबीचं नशीबच फुटकं असल्यानं हे भाग्य तिला लाभू शकलं नव्हतं; पण तरीही तिला आहे तो संसार गरतीप्रमाणेच करायचा होता. तिला बाप्पाजींचा आशीर्वाद साथ देत होता. त्यावरच ती समाधान मानीत होती.

पण, काही केल्या आंबीला तुकारामची आठवण झाल्याशिवाय राहत नव्हती. बिननवऱ्याचं समाजात वावरणं शक्य नव्हतं. आंबीच्याच भल्यासाठी उस्मानचाचानं तुकारामला झोडपून झोपडपट्टीबाहेर घालवला होता; पण त्याची आता आंबीला नितांत गरज भासत होती. मोडकातोडका संसार तिला उभा करायचा होता. तिची पोरगी काही वर्षानं मोठी होणार होती. तिच्या लग्नासाठी काहीतरी तरतूद करणं आवश्यक होतं. तिचं तरी आयुष्य चांगलं जावं, तिच्या आयुष्याचं वाळवण होऊ नये, असं आंबीला प्रामाणिकपणे वाटत होतं. त्यासाठीच आंबीला तुकारामचा आधार हवा होता. घरबश्या नवऱ्याला आयुष्यभर पोसायची हिंमत आंबीमध्ये होती. त्याचसाठी तिने 'तुकारामला शोधून आणा' म्हणून उस्मानचाचाची पाठ धरली होती.

बाळंतपणातले सारे दिवस आंबीला कष्टाचे गेले होते. दुसऱ्याच्या अन्नावर तिला जगावं लागलं होतं; पण तिचं मन तिथून पुढे भाभीचे पांग फेडायला खंबीर झालं होतं. आजवरच्या सर्व गोष्टी विसरून तिला आता नव्यानं संसारात उभं राहायचं होतं. बाप्पाजींच्या मतानुसार खरोखरच गरतीचा संसार करायचा होता.

आंबी विचारमग्न अवस्थेत बसली होती. तोच उस्मानचाचा बाहेरून आले. त्यांना पाहिल्यापाहिल्या आंबीनं प्रश्न केला,

"चाचा, लागला पत्ता हेंचा?"

"लागला..."

"आँ?" आंबी झटकन् उठून विचारू लागली, "कुठं? कुठं हैत?"

"हाय इस्माईलच्या गॅरेजवर." सुस्कारा टाकून चाचा सांगू लागले,

“जवळ गेलो तर लागला पळायला. भागताय साला. तू शामको मेरे साथ चल और पकडके लाव साल्याको।”

“हां हां -” आंबी हरखून म्हणाली, “चाचा चला. आज जाऊन आणूयाच त्येस्नी! अवं, धन्याशिवाय कुकवाच्या टिळ्याला हाय का सोबा?”

संध्याकाळी आंबी चाचाबरोबर गावात गेली. कारखान्याच्या परिसरात इस्माईलचं गॅरेज होतं. गॅरेजच्या बाहेर एका फळीवर तुकाराम कुत्र्यासारखं अंग आखडून झोपला होता. चाचांनी त्याला हलवला. जागा होऊन चाचाकडं पाहताच तो घाबरू लागला, तोच आंबी पोरीला घेऊन पुढं झाली आणि तुकारामच्या खांद्यावर हात टाकून म्हणाली,

“आता तुमास्नी कोनबी काय न्हाई बोलणार. मुकाट्यानं घरला चला. मी सोता कामं करते. तुमी बसून खावा; पर जगाला मज्जा दावू नगा. परमीसर आपणास्नी कायबी कमी करणार न्हाई!”

“अबे, चल तो...” चाचा तुकारामवर खेकसले.

तुकाराम मुकाट्यानं उठला आणि खाली मान घालून पुढे चालू लागला. आंबीला त्याच्या अवताराकडं पाहून रडू कोसळलं. तिला पूर्वीचा तुकाराम तो हाच का, हे खरं वाटत नव्हतं. तुकारामच्या गालाची हाडं दिसत होती. त्याचं सारं अंग काटकुटीसारखं झालं होतं. अंगावरच्या साऱ्या कपड्यांची दशा झाली होती. त्यांना महिनाभर पाणी मिळाल्याचं दिसत नव्हतं. डोक्यावर झिपऱ्या वाढल्या होत्या.

आंबी तुकारामला घेऊन झोपडीत आली तेव्हा तिला फार समाधान वाटू लागलं. “इथून पुढं तरी सांभाळून वाग,” असा सल्ला चाचानी तुकारामला दिला. आंबीचं औदार्य पाहून तुकाराम ओशाळून गेला होता. आंबीला तुकारामकडं पाहवत नव्हतं. तिच्याजवळ पैसा नव्हता तरीसुद्धा तिनं भाभीकडून शंभर रुपये उसने घेतले आणि तुकारामला दोन शर्ट, दोन विजारी घेतल्या. तुकारामला स्वत:ला पश्चात्ताप झाल्यासारखं वाटत होतं. आता तो दिवसदिवसभर घरात बसून राहत होता. आंबी सांगेल ते काम करीत होता. आंबीनं भाभींकडं जेवायचं बंद केलं होतं. ती स्वत: दोघांचा स्वयंपाक करू लागली होती. ती आता बऱ्याच गोष्टी तुकारामला समजावून सांगत होती. तुकाराम सारं काही ऐकून घेत होता. तो वळणावर आल्याचं पाहून आंबीला आनंद होत होता.

तुकाराम येऊन तीन आठवडेपण झाले नव्हते. तोच एके दिवशी भाभी आंबीकडं आली. भाच्याच्या लग्नासाठी त्याच्या गावाला ती आणि चाचा जाणार असल्याचं तिनं सांगितलं. ते ऐकताच आंबीला धक्का बसला. तिनं काळजीनं विचारलं,

"परत कधी येणार?"

"येऊ पंधरा दिवसांत. फिकीर मत कर. आमी तुकारामला सांगून जातू."

चाचा आणि भाभी पाहुण्याच्या लग्नासाठी पंधरा दिवसांकरिता गावी निघाले. त्यांनी बांधाबांध केली. आंबीचं मन कच खाऊ लागलं; कारण तुकाराम आतासा शुद्धीवर आला होता. त्याला उस्मानचाचाचा थोडातरी वचक होता. आता पुढं काय होईल, हे काही सांगता येत नव्हतं; पण चाचानी तुकारामला खडसावून सांगितलं, "औरतला त्रास दिलास तर याद राख, वापीस आल्यावर चांगलं हुणार न्हाई..." पण तुकारामनं "तसं काही करणार नाही," म्हणून रडून सांगितलं.

चाचा आणि भाभी गावाला जाऊन चार दिवस झाले नसतील तोच तुकाराम कासम पानपट्टीवाल्याबरोबर फिरू लागला. कासमसारखा भंकस माणूस अख्ख्या झोपडपट्टीत नव्हता. आता तुकारामनं आपले एकेक गुण दाखवायला सुरुवात केली. तो दारू पिऊन टाइट होऊन घरी येऊ लागला. आंबीला भयंकर शिव्या देऊ लागला. शेजाऱ्यांना तो दाद देईनासा झाला. उस्मान सोडला तर सारेजण त्याच्या हातात असल्यासारखे होते. त्यामुळं तो आंबीला मारझोड करू लागला. खर्चासाठी तिच्याकडून पैसे काढू लागला. आंबी पैसे नसल्यानं मार खाऊ लागली. पोरीला बाजूला घेऊन तास न् तास रडू लागली.

आज रोजच्याप्रमाणं तुकाराम दारू पिऊन आला. रात्री उरल्यासुरल्या तांदळाचा भात कसातरी करून आंबी अधाश्यासारखी खात होती. तोच तुकारामनं येऊन तिच्या पाठीत जोरात लाथ मारली. त्याबरोबर आंबी पुढं तोंडावर पडली. भात साऱ्या घरभर झाला आणि तुकाराम ओरडला,

"सटवे, मला तीस रुपये पायजेत."

"अवं, पर माज्याकडं कुठलं?" आंबी विनवून म्हणाली.

"ते कायबी कर... पर तीस रुपै पायजेत."

“माज्याकडं न्हाईत.”

“मग माज्याबर लगीन कशाला केलंस?” तुकाराम ओरडला.

त्यानंतर तुकारामनं तिच्या पाठीमध्ये दणादणा चार लाथा घातल्या आणि तो रागानं बाहेर निघून गेला. आता आंबीच्या मदतीला कोणी शेजारीपाजारी आलं नव्हतं; कारण त्यांना हे रोजचं होतं. शिवाय कुणी सोडवायला आलं की तुकाराम त्याच्या आईमाईचा उद्धार करायला पुढे-मागे पाहत नव्हता, त्यामुळं आता कुणीच येत नव्हतं. डब्यात तर तांदळाचा दाणा नव्हता. दुसरं काहीही खायला घरात शिल्लक नव्हतं. त्यामुळं आंबीनं रडणाऱ्या पोरीला गप्प केलं व उपाशीपोटी ती अंथरुणावर पडली; पण तिला लवकर झोपच येईना. म्हणून ती उठली आणि डेऱ्यातलं दोन तांबे पाणी घटाघटा प्याली. त्यानंतर ती अंथरुणावर जाऊन पडली.

मध्यान्ह रात्र झाली होती. शेजारच्या रस्त्यानं लॉऱ्या “राँय... राँय...” करून धावत होत्या. दिवसभर कलकलत असणारी झोपडपट्टी आता जरा शांत झाली होती. तरीसुद्धा काही ठिकाणी दारू, पत्ते हे नेहमीचे उत्सव चालूच होते. सगळीकडं गार वारा होता. आंबी दाराला अडसर आणि पाटा लावून झोपी गेली होती. तिच्या पुढ्यात तिची पोर शांतपणे झोपली होती.

इतक्यात दारावर बाहेरून दणादण लाथा बसू लागल्या. तुकाराम जोरजोरानं ओरडू लागला. आंबी दचकून जागी झाली. पेंगुळलेल्या अवस्थेत उठून तिनं दिवा लावला. त्यानंतर तिनं दार उघडलं. तोच दारू पिऊन बेभान झालेला तुकाराम कासम्यासह आत आला. तुकारामनं आल्या आल्या कासम्याला सांगितलं,

“कासम्या, बेट्या, धर तिला... काय करायचं ते टाक करून...!”

“काय?” आंबी मोठ्यानं ओरडली.

“बोंबलू नगो, कासमकडनं मी तीस रुपयं घेतल्यात. आता गिऱ्हाइकाचं पैसं फिटाया नगं का?” तुकाराम झोंकाड्या खात बोलला.

आंबी एक क्षणभर थांबली, दुसऱ्याच क्षणी तिनं कुडाला लटकावलेला विठ्ठल-रखुमाईचा फोटो उचलला आणि तुकारामच्या डोक्यात जोरानं आदळला. खळकन् काच फुटली आणि तिचे तुकडे तुकारामच्या डोक्यात घुसले. रक्तानं न्हालेला तुकाराम जोरजोरानं ओरडू लागला.

आंबी तिथे क्षणभरही थांबली नाही. चांगुलपणाचा शेवट झाला होता. ह्या हिशेबी आणि फसव्या दुनियेवरला विश्वासच उडाला होता. तिनं आपली रडतेली पोर पोटावर घेतली आणि ती झोपडीबाहेर पडली!

तिन्हीसांज व्हायची वेळ आली होती. ट्रक भरधाव वेगानं धावत होता. ट्रकच्या हौद्यामध्ये आपापली बोचकी सांभाळीत प्रवासी बसले होते. त्यामध्ये एका कोपऱ्याला उपाशीपोटी आंबी आपल्या पोरीला घेऊन बसली होती. आंबीच्या अंगावरचं दूध न पुरल्यानं तिची पोरगी रडत होती. आंबी तिला तशीच दाबून गप्प बसविण्याचा प्रयत्न करीत होती. आंबी पार पेंगळून गेली होती. दोन दिवस तर तिच्या पोटाला अजिबात काही नव्हतं. दुपारी वाटेतल्या कॅन्टीनमध्ये तहानलेल्या गुरासारखी आंबी पाणी प्याली होती; पण तिची भूक काही शमली नव्हती. तिची पोर तर तिच्या अंगाशी झट्या घेत होती. मघाशी शेजारच्या आजीबाईला दया येऊन तिनं आंबीला दोन केळी दिली होती; पण दोन महिन्यांच्या पोरीला ती केळी काय खाता येणार? कनवटीला चवलीपावलीही नसताना रात्रीच्या प्रकारानंतर आंबी झोपडीबाहेर पडली होती.

# २५

दुपारी उन्हाच्या झळा लागत होत्या. दाराबाहेर पडवीला एका घोंगडीवर बाप्पाजी इळभराची विश्रांती घेत होते. त्यांनी थोडासा कुठे डोळा उघडला, तेव्हा त्यांना डोळ्यांसमोर राधाकाकू उभ्या दिसल्या. राधाबाईंनी आपल्या हातातलं एक अंतर्देशीय हिरव्या रंगाचं पत्र समोर धरलं. त्या म्हणाल्या, "हं, हे घ्या."

"काय?"

"तुमच्या आंबीचं पत्र आलंय."

काकूनी दिलेल्या हातामधल्या पत्राची घडी बाप्पाजींनी तशीच बाजूला भिरकावून दिली. त्यांनी अत्यंत संतापाने राधाकाकूंकडे बघितलं, तसा राधाबाईंचा चेहरा कठोर झाला. कुंकवाच्या मळवटानं भरलेल्या त्यांच्या कपाळावर काट्यांचं बन उगवल्यासारखं दिसलं. त्या फणकाऱ्याने बोलल्या, "भावोजी ऽ आता रेट झालं. लय ऐकलं म्या; पण मी आता गप्प बसायची नाही. मी जास्ती तोंड सोडलं तर तुम्ही, तुमचं घराणं, ते खानदान आणि वर ती घराण्याची इज्जत अशी बरीच काहीतरी बकबक करत बसाल तुम्ही."

"बकबक?"

"हो बकबकच."

"अगं, काय झालंय काय तुला? आज ही तुझी जीभ सैल कशानं सुटली म्हणायची?"

"भावोजी, कुणीतरी सपष्ट बोलायलाच पायजेल तुम्हाला. इतर वेळी तुम्हीच 'सत्याचा वाली परमेश्वर' अशी सांग सांगत बसता. तुम्ही कदाचित असंही समजत असाल. तुम्हा माघारी आमच्याकडे तुमची जमीन, जायदादीचा वाटा येईल, या आशेपायी तुमची आम्ही सेवा

करतोय; पण तसं अज्याबात नाय. एक माणूस म्हणून सारं काही करतो आम्ही.''

"अगं कशासाठी तू असं बोलायला लागली आहेस राधाबाई आज?'' बाप्पाजींनी वैतागाने विचारलं. आज राधाकाकूचा तो तोरा बघून ते मनातून चांगलेच टरकले होते.

"बोलू द्या की हो. मला आपलं घडाघडा बोलू द्या. नाय तर तुम्ही सारे पुरुष एका गैरसमजुतीच्या नशेतच वावरत असता. बाईच्या जातीला तिचं मन, भावना कायबी नसतं, अशी तुम्ही पुरुष गैरसमजी करून घेता. वर न पेलणारी ओझी आमच्या डोसक्यावर ठेवून देता. ती वाहताना आमचा जीव जातो हो; पण त्याची कळ येते कुठे तुम्हाला?''

"हे बघ राधाबाई, उगाच गैरसमजुतीच्या चिखलात पाय ठेवून तू पुढे निघशील तर तुझी आणखी फसगत होईल. आता स्पष्टच विचारतो मी तुला. मी तरी आंबीचा असा काय गुन्हा केला होता गं? चांगलं घराणं बघून तिचं लगीन लावून दिलं—''

"लगीन लावलंत की, तिच्या जल्माचा खेळखंडुबा करून दिलात?'' राधाकाकूच्या शब्दांतला संताप नुसता ठसठसत होता.

"हे बघ राधा, नीट बोल—थोडं व्यावहारिक बोल—''

"भावोजी, मी आज नीट आणि धीटच बोलायचं ठरवलंय. तुम्ही तर पडलात जातीचे शेतकरी. अहो, तुमच्या नांगरटीसाठी जेव्हा बाजारात बैल खरेदी करायला जाता तेव्हा चांगलं जनावर आपल्या गोठ्यात यावं म्हणून एका बैलाच्या निवडीसाठी चांगले चार बाजार पालथे घालता.''

"अरे, त्याचा इथं काय संबंध?''

"नाही कसा? साध्या बैलाच्या पसंतीसाठी ही इतकी पायपीट करता, तर डोळं झाकून जावई निवडताना थोडाफार तरी विचार का नाय केलात? एक फालतुक जावई भेटला तर पोरीच्या उभ्या जन्माचा मळा विस्कटून जाईल याचा किमान विचार का केला नाहीत हो तुम्ही? नवरा मेला असा बिनकामाचा निघाला. तरीबी बापाची आज्ञा आन आपल्या तालेवार घराण्याची ती कुचकामी इज्जत बचावण्यासाठी तुमची पोर आंबी बाहेर पडली. आपल्या जन्माची राख झाली तरी त्या

नामर्दाशी संसार करायलासुद्धा ती बिचारी पोर तयार झाली; पण घडलं उलटंच. तेव्हा तो बुळा स्वत: मर्द असल्याचा खोटा देखावा रंगवायला लागला. त्यासाठी आपल्या गरीब आंबीला लाथाबुक्क्या, मारझोड करायला लागला. आई-बापाचा काडीचा आधार नसणाऱ्या माझ्या गरीब आंबीनं त्रास तरी किती सोसायचा? मार किती खायचा हो? तो हलकट श्रीरंग वाहत्या ओढ्यात खडकावर गोधडी आपटून धुवावी तशी आपल्या पोरीला मारझोड करीत होता. सांगा की, काय चुकलं होतं आपल्या आंबीचं?''

बोलता बोलता राधाकाकूचा चेहरा संतापाच्या आगीनं फुलून गेला होता. त्यांना अधिक काही बोलवेना. काकूंच्या पोटातला मायेचा उसाळ बाहेर पडला. तसे त्यांना हुंदके फुटले. त्याच झीटीमध्ये एक कळशी डोईवर आणि दुसरी कडेवर घेऊन त्या पाणी आणायला तरातरा घराबाहेर पडल्या.

काकूंच्या त्या तडकत्या बोलीच्या बाप्पाजींना चांगल्याच डागण्या बसल्या होत्या. एखादा चमत्कार घडावा तसं त्यांना झालं. गोधडीत त्यांनी आकसलेले हात-पाय सैल झाले. कसल्यातरी खोल विचारानं त्यांची झोप उडाली. बाप्पाजींना आपलं अंग बर्फासारखं वितळतंय असं वाटलं. नव्हे, तर अंगातला ताप झरझर उतरावा तशी त्यांच्या रक्तातली घराण्याची इज्जत, नावलौकिक अशी ती खोट्या बडेजावाची नशा उतरली. कितीतरी दिवसांनी ते अंथरुणावरून उठले. त्यांचं लक्ष त्या अंतर्देशीय पत्राकडे गेलं. त्यांच्या दिशेनं काकूंनी फेकलेलं ते पत्र पडवीतून वाऱ्याने बाहेर गेलं होतं. बाहेरच्या फुफाट्यात जाऊन पडलं होतं.

बाप्पाजी लगबगीनं बाहेर गेले. त्यांनी मोठ्या आस्थेनं ते अंतर्देशीय पत्र हाती धरलं. त्या चुरगळलेल्या हिरव्या कागदावर त्यांना आंबीचा बोलका, गरीब आणि मायाळू चेहरा दिसू लागला.

प्रिय अण्णा,
तुमी आपल्या लेकीकडं पुरतीच डोळेझाक केलीया आजकाल. तुमी एक 'ब्याद' म्हनूनच माझ्याकडं बघट होतात अलीकडं; पर आपल्या पोरीचं नेमकं चुकलं काय, असा इचार कधीच केला

नाय तुमी. घरादाराने झिडकारलेल्या लेकुरवाळ्या बाईचं जिणं काय असतं त्ये तिलाच ठावं! नशिबानं इतक्या ठोकरा दिल्या की, मरून जावं, असं वाटलं बघा मला; पर तुमीच मला शिकिवलं ना, की मेल्यावरही आपलं नाव रहावं. म्हनून मरन्याचा इचार सोडून दिला म्या.

बिनआईची मी, किती लाडाकोडात सांभाळलीत मला, हे साऱ्या गावाला आणि देवालाबी ठाऊक हाय. गावात लोक बाप्पाजी पाटलांनी आपल्या पोरीसाठी हाताचा पाळणा केला, असंच कौतुकानं बोलायचं. दरसाल शिराळ्याच्या गोरक्षनाथाच्या जत्रंला तुमी मला खांद्यावरनं घिऊन जायचा. जत्रेतल्या रेवड्या, बत्ताशे, कुरमुरे यांनी माझा ओचा भरून जायचा. तिथल्या जत्रंतच तुमी मला 'मौत का कुआ' लई येळा दाखिवला होता. समदं आठिवतंय नव्हं तुमाला? काळ्या खोल इहिरीसारखाच तो कुआ अन् त्यात फटफटीवरून फिरनारा तो मानूस. त्ये बघटाना काळीज हलायचं माजं. मी किंचाळायची, तेव्हा तुमी मला पोटाशी घट्ट पकडून लय जीव लावायचा.

मी लहान होते तेव्हा गावचं पाटील म्हनून तुमी समदं गावच मला खेळायसाठी आंदण दिलं होतं जणू! तो सूरपारंब्यांचा खेळ, तुमच्या पाठंगुळीवर बसून नदीला पवायला जायचं, समदं ह्याक आठिवतंय मला! तुमी माजं लगीन लावलंत. मी नांदायला गेले; पर मला तरी कुठं ठावं होतं की, माझ्या जिंदगानीत हे असं भोग लिव्हून ठेवलं असत्याल. तुमीच शिकिवलं होतं, पोरीची जात म्हणजे रानातली येल. तिनं नवऱ्याला झाड समजावं, त्याच्या आधारानं उभं राहावं. इथं तर माज्यासाटी जल्माचा आधार मानावं ते झाड अगुदरच मोडून पडलं होतं. त्याच येळी डोंगरासारखा आधार असणाऱ्या बापानंही आपल्या पोरीसाटी दार बंद केलं, तेव्हा त्या बिचारीनं जावं तरी कुटं?

अण्णा, तुम्हीच तर म्हनायचा की, शेताबांधावरची झाडं मोडून पडली तर नवी लागवड करावी. रोपं नव्यानं वाढवावीत. पर माज्याबाबतीत तुमी हे का नाही केलं? माजी कायबी चुकी नसताना म्या बिनासावलीची झाले. अगदीच एकटीदुकटी पडले

की हो! बांधावरच्या झाडायेलींना आधार द्यायची गोष्ट करणारे तुमी, तर मग तुमच्यासारख्या माज्या दैवतानं असं एकाएकी निष्ठुर का व्हावं? माज्या जल्माचा जोडीदार म्या नाही, तुमीच निवडला होता. पायाच्या नखाकडे बघतच तुमच्या मर्जीनुसार बोहल्यावर चढले म्या! म्या लहान असतानाच ही दुनिया सोडून गेलेल्या आईचा चेहरासुदीक मला आठवत नाय. कधी जरूरतही वाटली नव्हती त्याची; कारण माझ्या डोक्यावर तांदूळ पडायच्या अगुदर तुमीच माजे बाप होता. माजी माय होता.

माजी कायबी चुकी नसताना माज्या कपाळी दुख आलं. दैवानं डोळं उलटं करायचं मला कायबी वाटलं नव्हतं; पर ज्यांना मी पहाड समजत होते, अशा माझ्या जल्मदात्यानंच माज्याकडं पाठ फिरवल्यावर मी कुटं जावं हो? शेतातलं तणकट उपटून बाजूला फेकावं तशीच माजी गत झाली. तेव्हा आपल्या रामूकाकांनी तुमच्या संतापाची पर्वा न करता माजं लगीन लावून दिलं. पहिल्या नवऱ्याची निसर्गानंच माती केली होती, असं एक येळ आपण समजू. लगीन व्हायच्या आधीच खरं तर त्यानंच सांगायला पाह्यजे होतं त्याच्या आजाराबद्दल.

तोबी तुमच्याच अंगाखांद्यावर खेळल्याला तुमचाच भाचा होता की! तर मंग त्यानं असा आपसात दुष्टावा का करावा? एकांदीच्या आयुष्याशी का खेळावं असं?

दुसरा हौसेनं केलेला नवराबी फसगतीचा नवा खेळ ठरावा, काय म्हणावं या कर्माला? दारूच्या धुंदीत त्यानं आपल्या संसाराची मोटार संकटांच्या दरीत स्वत:च्या कर्मानंच ढकलून दिलीय बघा.

अण्णा, तुमच्या या बिना आधाराच्या, बिना सावलीच्या लेकीच्या मनात पुनापुन्यांदा हाच परश्न येतु, की या साऱ्यामंदी मी कोनाचं घोडं मारलं होतं हो? हे दु:खाचं ईख म्या कसंबी पचिवलं असतं; पर एके काळी जिवापल्याड तुम्हाला प्यार असणाऱ्या लेकीकडं तुमी पाठ फिरविल्यावर तिनी काय करावं? तुमची ही पोर आज तुम्हाला का नकोशी व्हावी? तुमच्या मायेचा झरा माज्यासाठी का आटून जावा?

म्या समाजसेवेत गुतवून घेतलंय मला. कितीबी संकटं आली तरी मी माझ्या देवाला का इसरावं? अण्णा, तुमीच माजं देव होता आणि आजसुदीक आहात. प्रवासात एकदा आपल्या गावची काही मानसं भेटली होती. त्यांच्याकडून समजलं की, तुमी आजकाल आजारी असता. तुमाला माजी हात जोडून इनंती, माजी काळजी करू नका. तब्येतीला जपा. वय झालंय तुमचं आता. तुमच्या आठवानी डोळे गळाय लागतात.

माजं नशीब असं की, माज्या गठुड्यात तुमचा एकसुदीक फोटू नाही. माज्या या चुकीबद्दल माजाच मला राग येतो; पर तुमची मुरत माज्या काळजाच्या पाकळ्यांतच ठिवून दिलीय म्या. मंग दुसरी तसबीर हवीच कशाला?

लई महिने लोटले हो अण्णा. माज्या फुटक्या नशिबानं मला दुसऱ्या मुलखात फरपटत ओढत नेलंय. त्यामुळं तुमच्या दर्शनालासुदीक मुकलीय मी. तुमची माया तर कधीचीच आटलीय माज्यावरची. आता एक चिमुकली हाय माज्या कडेवर. तीबी बिचारी माज्यासारखीच बिना आधाराची; पर लहान्या लेकरासाठी आई आणि बाप कसं व्हावं, हे तुमीच तर शिकिवलं मला. त्यामुळं जिवापाड सांभाळीन मी तिला.

यापुढे माझ्या जीवनाची गंगा कशीबी उलटीसुलटी वाहू दे, तिनं भलं वा बुरं कसंबी वळण घ्यावं. त्याची फिकीर नाही मला. तुमीच कधीतरी म्हनला होता, आपुन वाईट दिसांशी जिद्दीनं झगडत राहिलो की, हळूहळू ती संकटंबी आपलीशी वाटतात.

आयुष्यानं म्होरची बरी-वाईट वाट किंवा वळण पकडण्याअगुदर फकस्त एकदा, एकदा तरी मला माज्या देवाचं दर्शन व्हावं, इतकीच विच्छा हाय बघा!

खरंच, कधी भेटाल हो अण्णा तुमच्या पोरीला? जीव चातकासारखाच डोळं लावून बसलाय बघा तुमच्या वाटंकडं!

तुमचीच आंबूताई

## २६

बाप्पाजींनी अंथरूण सोडलं. ते शेताबांधामध्ये फिरताना, तसेच गावपाराकडे सायंकाळी चक्कर काटतानाही दिसू लागले. बाप्पाजींच्या प्रकृतीमध्ये एकाएकी चांगला फरक जाणवू लागला. त्यांच्या अंगीचा तो नवा उत्साह आणि तडफ पाहून गावकरी आश्चर्यचकित झाले. उत्सुकतेने त्यांना विचारू लागले, "काय दादा, कोणता डागदर बघितलात? एकदम खडखडीत कसे दिसू लागलात?"

"मी डॉक्टर आणि दवाखानाच बंद केला," बाप्पाजी हसत हसत सांगू लागले.

"ते कसं काय बुवा?"

"लक्षात आलं रे. आजवर चुकीचंच औषध घेत होतो. आजारपणही झुटंच असल्याचं ध्यानात आलं. मग बिना दवापाण्याचा बरा झालो बघा."

बाप्पाजीमधला बदल राधाकाकूंच्या लगेच ध्यानात आला. त्यातच ते आपल्या भावाकडे गणूआप्पाकडे वरचेवर चौकशी करू लागले, "आंबीची काय नवी चिठ्ठी किंवा पत्र आलंय का रे? कशी आहे पोर माझी?" बाप्पाजीमधला तो आंबीबद्दलचा कळवळा घरात सर्वांना सुखावून गेला. आता खऱ्या अर्थी बाप्पाजींनी आपलं आजारपण, थकावट सारं काही सोडून दिलं होतं. पूर्वीसारखेच ते उजाडता उजाडता लवकर जागे व्हायचे. अंघोळ आटोपून देवपूजा उरकायचे. सकाळच्या कोवळ्या सोनेरी किरणांबरोबर आपल्या मळ्यात पोचायचे.

आता बाप्पाजी झाडांची, रानातल्या पिकाची काळजी घेऊ लागले. झाडझाडोऱ्यात वास करणाऱ्या पोपट-मैना, चित्तर, साळुंक्या अशा पक्ष्यांचे गाणं कौतुकाने ऐकू लागले. जेव्हा त्यांची नजर ओढ्याजवळच्या

जांभळी आणि आंब्यांच्या गर्द झाडांकडे जायची, तेव्हा बांधावर खेळणारी आपली छकुली आंबी त्यांच्या डोळ्यांसमोर उभी राहायची. आढ्यातल्या झऱ्यांकाठी तिचं ते हसणं, बालपणीची तिची ती दुडुदुडु पळापळ सारं काही त्यांना आठवायचं. तसं मनामध्ये आभाळ दाटून यायचं. डोळ्यांतून पाझरणारे आसवांचे थेंब ते हळूच पुसून टाकायचे.

एके दिवशी दुपारी उन्हाच्या रखरखीत बाप्पाजी घरात आले. त्यांनी दारातूनच गणूआप्पांना हाक मारली. अगदी ठणकावून सांगितलं, ''आप्पा, जा रे तू एकदाचा मुंबईला. माझी वनवासी पोर कुठं आहे, कशी आहे, काढ रे शोधून तिला.''

मुंबईतली ती झोपडपट्टीची वस्ती सोडून आंबी कुठेतरी निघून गेल्याचं कळलं. तिचा नेमका पत्ता समजत नव्हता; परंतु काही झालं तरी तिला शोधून काढायचीच, असा आता घरातील सर्वांनीच निश्चय केला होता. तेवढ्यातच मृगाचा पाऊस सुरू झाला. आभाळ कोसळू लागलं. शेताबांधात पाणीच पाणी झालं. सुकलेली नदी दुथडी भरून वाहू लागली. थोडासा पाऊसकाळ कमी झाला की, आप्पा आणि खुद्द बाप्पाजींनीही मुंबईकडे निघायचा निर्धार केला होता. काही करून आंबूताईचा तपास लावायचाच, असं ठरलं.

एके रात्री बाप्पाजी झोपी जायची तयारी करत होते, तेव्हा नेहमी-सारख्या त्यांनी रेडिओवर बातम्या लावल्या होत्या. सर्व राज्यभर कोसळणाऱ्या प्रचंड पावसाची कहाणी त्या बातमीपत्रात सांगितली जात होती. विशेषतः, कोकणामध्ये प्रचंड पाऊसधारा कोसळल्या आहेत. नद्यानाल्यांना महापुराने वेढलं आहे. खास करून ठाणे जिल्ह्याच्या ग्रामीण आदिवासी भागात ढगफुटीसारखा प्रकार घडला आहे. त्यामुळे तिकडे प्रचंड पाऊस पडून अनेक ठिकाणी नद्यांना पूर आले आहेत. अनेक तालुक्यांशी प्रशासनाचा संपर्क तुटल्याच्या त्या चिंता वाढवणाऱ्या बातम्या होत्या. वार्ताहर आपल्या खणखणीत वाणीमध्ये सांगत होता, ''नुकत्याच पडलेल्या प्रचंड पर्जन्यवृष्टीने जवाहर-मोखाडा तालुक्यात एकच हाहाकार उडवला आहे. गावोगावचे रस्ते खचलेले असून, दळणवळण तुटले आहे. त्यामुळे जिल्हा प्रशासनास आदिवासी बांधवांपर्यंत तातडीने मदत पुरविणे मोठे मुश्किलीचे बनले आहे.

विशेषतः, मोखाड्याजवळ थोर समाजसेविका रखमाबाई हापसे

यांनी स्थापन केलेल्या ठक्कर बाप्पा या वसतिगृहाची फार दयनीय अवस्था झाली आहे. गावापासून थोड्या अंतरावर शेतामध्ये हा आश्रम आहे. प्राथमिक शाळेतील पन्नास मुले त्या वस्तीशाळेमध्ये शिक्षण घेतात. अचानक प्रचंड पाऊस कोसळल्यामुळे आश्रमाचा बाहेरच्या जगाशी गेली तीन-चार दिवस संपर्क पूर्ण तुटला आहे. गाव आणि आश्रमाच्या मधून वाहणाऱ्या एका जंगली नदीने रौद्र रूप धारण केले आहे. तिचे पात्र दुथडी भरून व अत्यंत वेगाने वाहत असल्यामुळे ती पार करून पलीकडे मदत पोचविणे मुश्कील झाले आहे. शिवाय त्या आश्रमशाळेपर्यंत बाजूच्या जंगलझाडीतून पोचणारा दुसरा एकही मोटार किंवा बैलगाडीचा रस्ता उपलब्ध नाही.

त्यातच आश्रमाच्या सर्वेसर्वा रखुमाबाई, वसतिगृहाचे रेक्टर व अन्य जबाबदार स्टाफ नेमका ज्या दिवशी पाऊसकाळासाठी धान्य खरेदीसाठी ठाणे इथे गेला होता, त्याच सकाळी प्रचंड पावसाला सुरुवात होऊन सायंकाळपर्यंत सर्व मार्ग बंद पडले. वरील जबाबदार सेवकवर्ग आश्रमात उपस्थित नसल्यामुळेच सर्वांचे धाबे दणाणले आहे. पन्नासभर मुलांच्या काळजीने व्यवस्थापन व शासकीय यंत्रणेला घेरले आहे.''

त्यानंतर चारच दिवसांनी बाप्पाजी गावच्या वाण्याच्या दुकानात भुसार माल खरेदीसाठी गेले होते. ते तिथे पोचताच तुका वाण्याने 'सकाळ' वृत्तपत्र त्यांच्या डोळ्यांसमोर धरले. त्यामध्ये मथळ्यावर 'ठाणे जिल्हा वार्तापत्र' अशी अक्षरं होती. त्याच्या खाली बाप्पाजींचं लक्ष अचानक एका चौकटीकडे गेलं. त्या चौकटीतला आंबूताईचा फोटो बघून त्यांच्या पायांना कंप फुटला. अंगातून पाणी झरझर उतरलं. 'अजून ह्या पोरीनं कोणतं संकट ओढवून घेतलं?' ह्या काळजीनं त्यांनी घामाने डबडबलेलं आपलं कपाळ पुसलं. पुन्हा किलकिले डोळे करत वरचं शीर्षक वाचलं, 'आपदग्रस्त बालकांना वाचवणारी बहादूर किसानकन्या.' चला, आंबीबद्दल काहीतरी चांगलीच बातमी दिसते. वाईट काही नाही, अशा जाणीवेने त्यांचा जीव भांड्यात पडला.

बाप्पाजींचं अभिनंदन करत तुका दुकानदार स्वत:च तो मजकूर वाचून दाखवू लागला, ''गेल्या आठवड्यात प्रचंड पावसात मोखाड्याच्या

ठक्कर बाप्पा वसतिगृहात विचित्र परिस्थितीत अडकलेल्या आदिवासी बालकांची समस्या मोठी बोलकी आहे. अचानक पावसाने उडवलेला हाहाकार, ठाण्याला धान्य खरेदीसाठी जाऊन पावसातच अडकलेला संस्थेचा प्रशासकीय वर्ग आणि पर्जन्याच्या वेढ्यामुळे त्या बालकांचे काय होणार, हा प्रशासनासमोरचा गहन प्रश्न होता. त्या एकाकी आश्रमशाळेची खूपच विचित्र परिस्थिती बनली होती. आदल्या रात्री आपापल्या घरी गेलेला आश्रमशाळेचा आजूबाजूच्या पाड्यातील स्थानिक सेवकवर्गसुद्धा तिथे पोचू शकला नव्हता. त्या वेळी पश्चिम महाराष्ट्रातील आंबूताई बाप्पाजी पाटील नावाची एक मदतनीस तरुणी फक्त वसतिगृहात जागेवर होती. तिने त्या आश्रमशाळेतला शिल्लक तांदूळ, भाताची पेज पुरवून पुरवून त्या पन्नास बालकांना अक्षरश: वाचवले. त्यांचे मनोधैर्य खचू दिले नाही. शिवाय वयाने मोठी असलेली काही मुले घेऊन ती धाडसी तरुणी प्रचंड पावसात बाजूच्या डोंगररानात घुसली. जंगलातील कंदमुळे तिने प्राप्त केली. ती शिजवून बालकांना खाऊ घातली. गूळपाण्यावर संकटाची वेळ निभावून नेली.

आंबूताईचे प्रसंगावधान व तिच्या पराक्रमाबद्दल तिचे सर्वत्र कौतुक होत आहे. अतिरिक्त जिल्हाधिकारी जवाहर विभाग यांनी शासनातर्फे तिला रोख रक्कम सात हजारांचा पुरस्कार जाहीर केला आहे. त्याचे समारंभपूर्वक वितरण लवकरच होणार आहे.

या प्रतिनिधीने संबंधित आंबूताई नावाच्या त्या तरुणीची भेट घेतली. ''आपणास हे प्रसंगावधान व सर्व बालकांचे रक्षण करण्याची धाडसी प्रेरणा कोठून मिळाली?'' असा तिला प्रश्न विचारला. तेव्हा क्षणाचाही विलंब न लावता आंबूताई म्हणाल्या, ''माझ्या जीवनाची प्रेरणा माझे वडील बाप्पाजी शेळके पाटील हेच होत. ते स्वत: कष्टाळू शेतकरी आहेत. त्यांना मी निसर्गाशी लढताना बालपणी अनेकदा बघितलं आहे.'' त्याबाबत आंबूताईस मी अधिक खोलात शिरून प्रश्न केला, तेव्हा आंबूताई सांगू लागल्या, ''माझ्या लहानपणी मी आमच्या गावी असाच बडा पाऊसकाळ बघितला आहे. तेव्हा आमची गाय व्यायला झाली होती; पण दुर्दैवाने गाईचा बछडा आपल्या आईच्या पोटात अडकलेला. गाईची सुटका होत नव्हती. तेव्हा माझे पूज्य वडील दोन रात्री त्या गाईच्या समोरच गव्हाणीत झोपून होते.

त्यांनी त्या जनावराला झाडपाल्याचे काढे पाजले. तिला मायेनं गोंजारलं. मीठपाणी पाजलं. रात्री थंडी भरू नये यासाठी बाजूला शेकोटी पेटवून ऊब दिली. तिसऱ्या दिवशी गाईची सुटका झाली. तिचं वासरूही वाचलं. अशा रीतीने आपल्या शेतावर आणि गुरावासरांवर प्रेम करणाऱ्या माझ्या वडिलांचीच आठवण मला त्या प्रचंड पावसात येत होती. ज्यामुळे त्या घाबरलेल्या सर्व बालकांना मी मानसिक आधार देऊ शकले. एका छोट्या खोलीत आम्ही सारे एकत्रित झोपलो होतो. एकमेकांस सांभाळून, सावरून घेत होतो.''

ती वृत्तपत्रातली खुलासेवार बातमी, आंबीची ती बोलकी प्रतिक्रिया, एवढा दुरावा देऊनही आपल्या जन्मदात्या पित्याबद्दल ओढ घेणारं तिचं तरल मन. त्या सर्व गोष्टींची कल्पना येताच बाप्पाजी अंतर्बाह्य हरखून गेले. उल्हसित झाले. ते आप्पांना म्हणाले, ''चल गणू—आता पत्ता कळालाय. दीड दिवसांचा एसटीचा रस्ता, निघू लागलंच. माझ्या काळजाच्या तुकड्याला जाऊन एकदाचं भेटू दे रं मला.''

''पण दादा ऽ अजून पाऊसकाळ थोडा कमी होऊ दे—'' आप्पानी सुचविलं.

''वेडा की खुळा रे तू. माझ्या डोळ्यांतल्या आसवांच्या धारा तुला कशा नाहीत रे दिसत?''

बाप्पाजी हट्टाला पेटले. दोघा भावांचा शेवटी मोखाडा-जवाहरकडे जायचा निश्चय झाला. राधाकाकूनी गडबडीनं सजगुऱ्या, आळूच्या वड्या आणि भुईमुगाच्या ओल्या शेंगांचं छोटं गाठोडंही बांधलं. आपल्या लेकीसाठी काय करू नि काय नको असं झालं होतं त्यांना.

शेवटी बाप्पाजी आणि आप्पांनी पुण्याहून जवाहरकडे जाणारी एसटी पकडली. दुसऱ्या दिवशी सायंकाळी दोघं भाऊ भाऊ मोखाड्याच्या ठक्कर बाप्पा आश्रमशाळेजवळ पोचले. आंबूताईचे वडील आणि काका तिथे येऊन पोचल्याचा रखुमाबाईंना खूप आनंद झाला. बाप्पाजीने आंबीच्या अंगावरचं बाळ स्वत:कडे ओढून घेऊन ते आपल्या छातीजवळ लपेटलं होतं. रखुमाबाई बाप्पाजींकडे पुन:पुन्हा कृतज्ञता व्यक्त करत होत्या, ''तुमच्या मुलीने आमच्या पन्नास आदिवासी बालकांचे प्राण वाचवलेत. अशा शूर लेकीला जन्म देणारे तुम्ही खरंच भाग्यवान आहात!''

तिन्हीसांजेला आश्रमवासी मुलांची जेवणाची पंगत पडली. त्यांच्या त्या पंगतीलाच बाप्पाजी, आंबी आणि गणूआप्पा जेवले.

बाहेर अंधार पडलेला. आश्रमाच्या दारातच एक खूप जुनाट पिंपळवृक्ष होता. त्याच्याभोवती चौफेर फांद्यांचा पसारा पसरला होता. रात्रीचा वारा घोंघावत वाहत होता. पिंपळाबुडी बाप्पाजी पाय मुडपून बसले होते. त्यांच्या मांडीवर आपलं डोकं ठेवून आंबी तिथेच कलंडलेली. तिच्या छातीजवळ तिचं बाळ झोपेच्या गुंगीमध्ये बुडालेलं. आंबी पहिल्या-दुसऱ्या इयत्तेत असल्यासारखी आपल्या बापाला चिपकून पडून राहिलेली. तेव्हा बाप्पाजी तिच्या लांबसडक केसांतून आपली बोटं प्रेमाने फिरवत होते.

तो जुनाट पिंपळवृक्ष त्या रातवाऱ्याने अखंड सळसळत होता. बाप्पाजींचं मनही भरून आलेलं. आपल्या डोळ्यांतील गरम अश्रू पुसत बाप्पाजी म्हणत होते, ''किती यातना सोसल्यास ग माझ्या लाडक्या बाळे!—मला माफ कर. देवानं माझ्या पदरात टाकलेलं सोनं मला वेळेत जोखता आलं नाही. त्याचा लखलखाट बाकी जगाला दिसला; पण जातीपाती आणि खोट्या इभ्रतीच्या बाष्कळ समजुतीनी मला आंधळं बनवलं होतं! तू आपल्या घरादाराच्या कीर्तीचा झेंडा ह्या मुलखात येऊन नाचवलास की गं पोरी! लय अभिमान वाटतो बघ मला तुझा ऽ!''

कितीतरी दिवसांच्या पोटात आंबीला अशी सुखाची झोप लागली नव्हती. रातवाऱ्याच्या धारेत तो पिंपळवृक्ष सरसरून सळसळत होता. बाप्पाजींच्या पोटातल्या दुःखाचा निचरा त्यांच्या डोळ्यांतून सुरूच होता. सोबतचे गणूआप्पाही द्रवून गेले होते.

❖

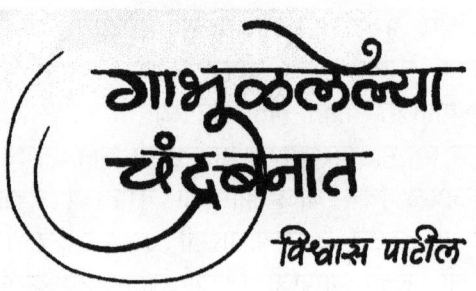

**गाभुळलेल्या चंद्रबनात**

विश्वास पाटील

पुनवेच्या राती सोन्याचा मुंगूस
झाडावरच्या टिटवीनं गिळला!

बाकेरावसारखा कलावंत म्हणजे
नवकोट मोत्याचा तुरा!

रंगकली होती स्वत:चंच
नवं आभाळ निर्माण करणारी
शापित अप्सरा!

जत्रा पुन्हा पुन्हा भरतील, खेळही रंगतील,
पण अशा अभिजात लोककलावंतांना
शोधायला कुठल्या स्वर्गाची शिडी
चढायची रसिकांनी?

फिरत्या चाकावरच्या रंगफडात फुललेली
बेमिसाल प्रेमकहाणी!
'गाभुळलेल्या चंद्रबनात.'